येस टू लाइफ

इन स्पाइट ऑफ एव्हरीथिंग

व्हिक्टर फ्रँकल, १९४६

व्हिक्टर फ्रँकल

येस टू लाइफ

इन
स्पाइट
ऑफ
एव्हरीथिंग

प्रस्तावना : डॅनियल गोलमन

अनुवाद : रमा हर्डीकर–सखदेव

मंजुल पब्लिशिंग हाउस

First published in India by

Manjul Publishing House

Pune Editorial Office
•Flat No. 1, 1ˢᵗ Floor, Samartha apartment, 1031,
Tilak Road, Pune - 411 002
Corporate and Editorial Office
12 Floor, Usha Preet Complex, 42 Malviya Nagar, Bhopal 462 003 - India
Sales and Marketing Office
•7/32, Ansari Road, Daryaganj, New Delhi 110 002 - India
Website: www.manjulindia.com
Distribution Centres
Ahmedabad, Bengaluru, Bhopal, Kolkata, Chennai,
Hyderabad, Mumbai, New Delhi, Pune

Marathi translation of *Yes to Life: In Spite of Everything*

Copyright © 2019 Beltz Verlag in the Publishing Group Beltz. Weinheim Basel

First published in Germany as Über den Sinn des Lebens in 2019

English edition published by Rider in 2020

English translation copyright © Joelle Young 2020

Photograph of Viktor Frankl © IMAGNO/Viktor Frankl Archives

Marathi translation copyright © Manjul Publishing House Pvt. Ltd., 2021
All rights reserved

This Marathi edition first published in 2021

ISBN : 978-93-90924-48-6

Marathi translation: Rama Hardeekar-Sakhadeo

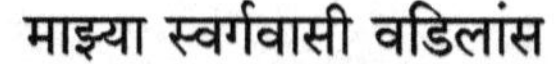

माझ्या स्वर्गवासी वडिलांस

अनुक्रमणिका

प्रस्तावना : डॅनियल गोलमन

हे पुस्तक अस्तित्वात आहे, हा एक लहानसा चमत्कारच म्हणावा लागेल. या पुस्तकाचा गाभा असलेली जी व्याख्यानं आहेत, ती मानसोपचारतज्ज्ञ व्हिक्टर फ्रँकल यांनी १९४६ साली दिलेली आहेत. ती देण्याच्या केवळ नऊ महिने आधी त्यांची एका छळछावणीतून मुक्तता झाली होती, जिथून ते मरणाच्या दारातून परतले होते. ही भाषणं संपादित करून फ्रँकल यांनी त्याला पुस्तकरूप दिलं आणि ते प्रथम जर्मन भाषेत एका लहान प्रकाशकाने प्रकाशित केलं. कालांतराने त्याची आवृत्ती संपल्यावर ते पुन्हा छापलं गेलं नाही आणि बऱ्यापैकी विस्मृतीत गेलं. मात्र काही काळापूर्वी त्याच प्रकाशकाने ते आपल्या संग्रहातून पुन्हा मिळवलं. येस टू लाइफ : इन स्पाइट ऑफ एव्हरीथिंग इंग्रजीमध्ये पहिल्यांदाच प्रकाशित झालं.

या पुस्तकात छापलेल्या व्हिक्टर फ्रँकल यांच्या व्याख्यानांचा जो श्रोतावर्ग होता, तो, युरोपातला बराच भाग नाझी अधिपत्याखाली असताना बरीच वर्ष नैतिक आणि बौद्धिक उत्तेजनाचा भुकेला होता आणि त्यांना नवीन नैतिक चौकटीची आत्यंतिक गरज होती. नेमकं हेच त्यांना फ्रँकल यांच्याकडून मिळालं. होलोकॉस्टमध्ये (मानवसंहारात) लाखो लोक छळछावण्यांमध्ये मरण पावले. या बळी पडलेल्यांमध्ये व्हिक्टर फ्रँकल यांचे आई-वडील आणि गरोदर पत्नी हेही होते. वैयक्तिक आयुष्यातल्या या दुःखद घटना आणि मृत्यूंमुळे मनात खोलवर दाटलेली उदासी असूनही फ्रँकल यांनी आपले भोग, आपलं दुःख अशा दृष्टिकोनातून बघितलं की, त्यांचं सर्वश्रुत पुस्तक *मॅन्स सर्च फॉर मीनिंग* आणि ही व्याख्यानं, यांमुळे लाखो लोकांना प्रेरणा मिळाली.

मन विदीर्ण करणारे हे आघात सोसणं आणि स्वतःही मरणाच्या दारातून परतणं हे अनुभव असोत किंवा हे सगळं असूनही आशावादी दृष्टिकोन ठेवणं असो, असं करणारे ते एकटे नव्हते. होलोकॉस्टमधून वाचलेल्या एकाच्या मुलीने मला सांगितलं की, तिचे आई-वडील आणि त्यांचे मित्र-मैत्रिणी हेसुद्धा फ्रँकल यांच्याप्रमाणेच काही भयंकर छळछावण्यांतून वाचलेले होते. त्यानंतर आयुष्याकडे पाहण्याचा त्यांचा दृष्टिकोन अत्यंत निराश किंवा किमान नकारात्मक असल्याचं ती म्हणेल अशी मी अपेक्षा केली होती.

पण ती मला म्हणाली की, जेव्हा ती बॉस्टनमध्ये लहानाची मोठी होत होती, तेव्हा तिचे आई-वडील छळछावण्यांतून वाचलेल्या त्यांच्या मित्र-मैत्रिणींना बोलावून पार्टी करत. माझी जन्माने रशियन असलेली आजी म्हणायची तशा त्या बायका आपले सगळ्यात चांगले कपडे घालून, अगदी 'नटूनथटून' पार्टीला जायच्या, जणू एखाद्या झगमगाट असलेल्या नृत्याला जात असाव्यात. ते सगळे मोठमोठ्या मेजवान्या झोडायचे, नाचायचे आणि एकत्र आनंद साजरा करायचे. त्या मुलीच्याच शब्दांत सांगायचं, तर 'मिळालेल्या प्रत्येक संधीत ते चांगल्या आयुष्याची मजा घ्यायचे'. तिला आठवतं, कोणताही लहानसहान आनंद किंवा सुख असो, तिचे वडील म्हणायचे, 'हेच तर जगणं आहे!'

ती म्हणते, 'आयुष्य ही देणगी आहे, जी नाझी यंत्रणेला त्यांच्याकडून हिरावून घेणं जमलं नाही, हे ते कधीच विसरले नाहीत.' त्यांनी ज्या नरकयातना भोगल्या होत्या, त्यानंतरही आयुष्याला कवेत घेण्याचा त्यांचा निश्चय होता. इतकं सगळं घडूनही आयुष्याला जणू त्यांनी 'होकार' दिला होता – येस टू लाइफ इनस्पाइट ऑफ एव्हरीथिंग!

व्हिक्टर फ्रँकल आपली आठवण सांगताना म्हणतात की, 'येस टू लाइफ' ही ओळ एका गाण्यातली आहे. कुप्रसिद्ध बुखेनवाल्ड नावाच्या छळछावणीसह ते ज्या चार छळछावण्यांमध्ये होते, तिथले काही कैदी हळू आवाजात हे गाणं म्हणायचे (पहारेकऱ्यांचा राग ओढवला जाऊ नये म्हणून). या गाण्याचं मूळ काहीसं विचित्रच होतं. बुखेनवाल्ड ही छळछावणी १९३७ साली बांधली गेली, ती खरं तर राजकीय कैद्यांसाठी. त्याच्या पहिल्यावहिल्या कमांडर्सपैकी एकाने छावणीचं गाणं लिहायची आज्ञा केली. दिवसभराच्या श्रमाच्या कामामुळे आणि पुरेसं अन्न न मिळाल्याने कैदी नेहमीच अत्यंत थकलेले असायचे, मात्र त्यांना हे गाणं पुनःपुन्हा गाण्याची सक्ती केली जायची. छावणीतून वाचलेल्या एकाने सांगितलं, 'आम्ही आमचा सगळा तिरस्कार त्यात ओतून' ते गाणं गायचो.

पण इतरांना त्यातल्या काही ओळी आशादायक वाटायच्या, खासकरून या ओळी :

"...Whatever our future may hold…
We still want to say 'yes' to life,
Because one day the time will come -
Then we will be free!"

अत्याचार सोललेल्या, श्रमाने थकलेल्या आणि उपासमारीमुळे मरणासन्न झालेल्या, अशा अपरिमित यातना भोगणाऱ्या बुखेनवाल्डच्या कैद्यांना जर

या गाण्याच्या ओळींमध्ये आशेचा किरण सापडू शकतो, तर कितीतरी जास्त चांगल्या परिस्थितीत जगणाऱ्या आपल्याला, आयुष्य जे जे समोर आणतं त्याला सकारात्मकतेने कवेत का घेता येऊ नये, असं फ्रँकल विचारतात.

अत्यंत विपरीत परिस्थितीतही जीवनाला पुष्टी देणारी ही विचारधारा या पुस्तकाचं शीर्षकही बनली आहे. कारण, हाच विचार फ्रँकल यांनी आपल्या व्याख्यानांतून जास्तीत जास्त विशद केला. *मॅन्स सर्च फॉर मीनिंग* या त्यांच्या सर्वदूर वाचल्या गेलेल्या पुस्तकात त्यांनी जे मूलभूत विषय हाताळले, त्यांचं सूचन १९४६च्या मार्चमध्ये आणि एप्रिलमध्ये दिलेल्या या व्याख्यानांत दिसून येतं. याच कालावधीत त्यांनी *मॅन्स सर्च फॉर मीनिंग* लिहिलं आणि प्रकाशित केलं.

येस टू लाइफ हा विषय माझ्यासाठी वैयक्तिक पातळीवरही खास आहे. होलोकॉस्टमधून वाचलेल्या फ्रँकल आणि इतर लोकांनी जो तीव्र तिरस्कार आणि क्रौर्य सहन केलं, त्याची सुरुवात झालेली दिसताच, १९०० साली माझे आई-वडील पलायन करून अमेरिकेत आले. फ्रँकल यांनी ही भाषणं द्यायला १९४६ सालच्या मार्च महिन्यात सुरुवात केली आणि त्याच सुमारास माझा जन्म झाला. माझं अस्तित्व म्हणजे जणू माझ्या आई-वडिलांनी पाहिलेल्या त्या वेळच्या भयाण आणि उदास परिस्थितीला नेटाने दिलेलं सकारात्मक प्रत्युत्तर होतं.

गेली सात दशकं हेच दाखवतात की, प्रत्येक पिढीने झेललेले आघात, त्यांची दुःखं आणि आशा एकानंतर एक येतच असतात. फ्रँकल आपल्या व्याख्यानांत ज्या वास्तवाविषयी बोलले, ते आता कधीचंच लुप्त झालं आहे. युद्धानंतर जन्मलेल्या आमच्या पिढीतल्या मुलांना छळछावणीतल्या अतिभयंकर गोष्टींविषयी बऱ्यापैकी माहिती होती. मात्र आजच्या पिढीतल्या फारच कमी तरुणांना होलोकॉस्ट घडलं हे माहीत असतं.

तरीही, फ्रँकल यांनी जी अग्निदिव्यं सहन केली, त्यातूनच त्यांचे शब्द घडले आहेत आणि आश्चर्याची गोष्ट म्हणजे आजही ते तितकेच कालसुसंगत आहेत.

कॅलिफोर्नियातल्या माझ्या माध्यमिक शाळेमध्ये नागरिकशास्त्राच्या वर्गात आम्हाला 'बिग लाय' म्हणजेच खरं वाटेल असं धादांत असत्य ओळखण्याचा एक गृहपाठ होता. कारण, अशी असत्यं ही मतप्रचारातली म्हणजेच 'प्रोपगंडा'तली एक नेहमीचीच चाल असते. नाझींबद्दल बोलायचं, तर आर्यन लोक सर्वांत 'उच्चकुलीन' असतात आणि जगावर राज्य करण्यासाठीच त्यांची नेमणूक झालेली आहे, हे त्यांचं एक असं 'बिग लाय' म्हणजे असत्य होतं. मात्र नाझींच्या पराभवाने या त्यांच्या कल्पनेला पूर्णविराम मिळाला.

दुसरं महायुद्ध संपलं आणि शीतयुद्धाचा धोका वाढू लागला, त्याबरोबरच रशियन लोकही आता त्यांच्या मतप्रचाराला एक शस्त्र बनवतील ही भीती निर्माण

झाली म्हणूनच माझ्या काळातल्या माध्यमिक शाळेतल्या विद्यार्थ्यांना अशी 'द्वेषयुक्त अर्धसत्यं' ओळखायला आणि त्याला विरोध करायला शिकवलं गेलं.

त्या काळी रशियाकडून येणाऱ्या असत्यांविरुद्ध 'लसीकरण' म्हणून आम्हाला अशा अपप्रचाराचे अंश ओळखायला शिकवलं गेलं आणि 'बिग लाय' त्यापैकीच होतं. आमच्या नागरिकशास्त्राच्या वर्गात आम्ही शिकलो की, मतप्रचार हा केवळ असत्यं आणि चुकीच्या माहितीवर अवलंबून राहत नाही, तर लोकांच्या मनातल्या विशिष्ट अशा विकृत नकारात्मक प्रतिमा, भडकवणारे शब्दप्रयोग आणि अशा इतर युक्त्या वापरून एखाद्या विचारप्रणालीच्या अजेंड्यानुसार लोकांची मतं आणि विचार हवे तसे वाकवण्याचंही काम करतो.

'ॲक्सिस पॉवर्स' म्हणजे मित्रराष्ट्रांविरुद्ध असणाऱ्या जर्मनी, इटली आणि जपान या युतीच्या सत्तेखालील लोकांचा दृष्टिकोन घडवण्यात याच मतप्रचाराची मोठी भूमिका होती. जर लोकांना वारंवार एखादी गोष्ट सांगितली गेली आणि जर त्याविरुद्ध पुरावा असलेल्या माहितीचा वारंवार इन्कार केला गेला, तिला दाबलं गेलं किंवा आणखी असत्यं सांगून तिला आक्षेप घेतला, तर लोक कालांतराने कशावरही विश्वास ठेवू शकतात, असा हिटलरचा युक्तिवाद होता. नाझी सत्तेत येताना आणि त्यानंतरही त्यांनी जो मतप्रचार केला त्याचा विषारीपणा, विखारीपणा फ्रँकलना अगदी चांगलाच माहीत होता. त्यांना दिसलं की, हा प्रचार मानवी अस्तित्वाच्या मूळ मूल्यावरच घाला घालणारा होता आणि फ्रँकल आणि त्यांच्यासारखे इतर म्हणजेच जिप्सी, समलिंगी, ज्यू आणि राजकीय असंतुष्ट इत्यादी 'बदनाम' लोकांच्या आयुष्याचा क्षुल्लकपणा अधिकारवाणीने सांगणारा होता.

जेव्हा फ्रँकल नाझी छळछावणीमध्ये कैदी होते, तेव्हा तेही अशा पद्धतशीर असत्यांचे बळी ठरले. तिथले पहारेकरी त्यांना आणि त्यांच्यासारख्या इतर कैद्यांना माणूसही समजत नसत आणि त्यांच्यावर अत्याचार करत. टुरखाइम छळछावणीतून मुक्तता मिळाल्यानंतर अवघ्या नऊ महिन्यांनी फ्रँकल यांनी या पुस्तकातली व्याख्यानं दिली, तेव्हा त्यांनी या नकारात्मक प्रचारावर कठोर टीका करूनच आपल्या बोलण्याची सुरुवात केली होती. कारण, याच प्रचारामुळे अर्थपूर्ण जीवनाची जाणीव, मानवी नीतितत्त्वं आणि जीवनाची मूल्यं नष्ट केली गेली होती.

नाझींनी त्यांची मतप्रचाराची कौशल्यं चांगलीच विकसित केली होती, हे फ्रँकल आणि त्यांच्या व्हिएन्नामधल्या श्रोत्यांना व्यवस्थित माहीत होतं; पण आता, असं वेडंवाकडं केलं गेलेलं सत्य कसं शोधायचं, याचे नागरिकशास्त्रामधले धडे कधीचेच नाहीसे झाले आहेत.

इतक्या शतकांमध्ये, अगदी आजही जगभरातल्या हुकूमशाहीवादी नेत्यांनी हेच अपप्रचाराचं 'पाठ्यपुस्तक' वापरात आणलेलं आहे. याची चिन्हं उघडपणे दिसत आहेत : विरोधी माध्यमं बंद करणं, असंतुष्ट आवाज दाबून-चिरडून टाकणं आणि सत्तेत

असलेल्या पक्षाच्या विचारधारेव्यतिरिक्त इतर काही बातमी देण्याची हिंमत दाखवणाऱ्या पत्रकारांना तुरुंगात धाडणं. खऱ्या, वस्तुनिष्ठ बातम्यांना पर्याय म्हणून असत्यांचा, तकलादू कारस्थानांचा, आपण-विरुद्ध-ते तिरस्कार जागृतीचा वापर हा धोका डिजिटल माध्यमांमुळे फार वाढला आहे. कारण, तिथे एखाद्या समान विकृत दृष्टिकोनावर विश्वास असणारे लोक जगाविषयी त्यांच्यासारखाच विचार असणाऱ्या इतरांकडे ऑनलाइन 'आश्रय' मिळवू शकतात आणि या लोकांसमोर त्यांच्या विचारांविरुद्धचे पुरावे कधी येतच नाहीत. अशा प्रकारे विशिष्ट गटांसाठीच्या प्रचाराचं तंत्र तिथे राज्य करतं.

माझ्या गृहपाठात मी कोणत्या अशा 'बिग लाय'विषयी लिहिलं होतं, ते मला आता आठवत नाही; पण त्यानंतरच्या दशकांमध्ये अशी किती असत्यं उघडकीस आली ते मात्र मी सांगू शकतो. त्यातलं एक होतं धूम्रपानाबद्दलचं. युरोप आणि आशियात असणाऱ्या मित्रराष्ट्रांच्या सैन्यदलांना यूएस सरकारतर्फे सिगारेट्सचं वाटप करण्यात यायचं. अशा प्रकारे एक अख्खी पिढी धूम्रपानाच्या इतकी आहारी गेली की, अखेरीस त्यांचंच आयुर्मान कमी झालं. मी तरुण असताना धूम्रपानाविषयी आत्यंतिक आकर्षण निर्माण केलं गेलेलं होतं (जाहिरातीसुद्धा या असत्यांमध्ये सहभागी असतात). आता आपल्याला माहीतच आहे की, या सवयीमुळे कर्करोगाचा, हृदयरोगाचा आणि अकाली मृत्यूचा धोका वाढतो.

आणखी एक असंच 'बिग लाय' किंवा असत्य 'पीजी अँड ई' (पॅसिफिक गॅस अँड इलेक्ट्रिक कंपनी) नावाच्या माझ्या इकडच्या स्थानिक वीजनिर्मिती करणाऱ्या कंपनीशी संबंधित होतं. मी लहान असताना या कंपनीची प्रतिमा विश्वासार्ह अशी होती. आता आपल्याला कळून चुकलंय की, ही सार्वजनिक कंपनी जेव्हा खासगी कंपनी बनली, तेव्हा तिथल्या पायाभूत सुविधांची देखभाल करणं आणि त्यांची दुरुस्ती करणं यांत खर्च न करता, केवळ नफाखोरी आणि हाव सुरू झाली आणि आज ती एकेकाळची विश्वसनीय कंपनी कित्येक वणव्यांचं कारण बनली आहे आणि दिवाळखोरीत निघाली आहे.

हा मतप्रचार ओळखण्याचं ज्या प्रकारचं शिक्षण मला मिळालं, ते कधीचंच शाळांच्या अभ्यासक्रमांतून हद्दपार झालेलं आहे. मात्र तरीही असं वाटतं की, तिरस्कार पसरवणाऱ्या प्रचारकांच्या धोकादायक लोंढ्यांपासून साधीसोपी सत्यं आणि मूलभूत मानवीमूल्य यांचं रक्षण करण्याची पुन्हा एकदा वेळ आलेली आहे. ठामपणे एखाद्या गोष्टीविरुद्ध मत मांडणं, एक जबाबदार नागरिक बनणं आणि आजच्या काळातली असत्यं ओळखणं, यासाठी पुन्हा एकदा नागरिकशास्त्राचे पाठ देण्याची वेळ आलेली आहे काय?

हे काही प्रमाणात आत्तापासूनच घडू लागलं आहे : माध्यमिक आणि उच्च माध्यमिक शाळेतल्या विद्यार्थ्यांना या महत्त्वाच्या विषयाचे धडे देण्याकरता देशभरात, खरं तर जगभरातच नव्याने पुढाकार घेतला जातो आहे.

आजच्या काळात सर्व प्रकारची माध्यमं ही लोकांची मनं वळवण्याची आणि मतप्रचाराची साधनं बनलेली असताना, अशा प्रकारचे प्रश्न आपल्यापैकी कोणीही विचारणं अत्यंत गरजेचं आहे.

आजच्या वाचकांना कदाचित विचित्र वाटेल की, फ्रँकल यांनी 'युथेनेशिया' म्हणजे दयामरणाच्या मागचं गृहीतक खोडून काढण्यासाठी बराच काळ खर्च केला म्हणजे शब्दशः अर्थाच्या 'चांगल्या', हळुवार आणि वेदनारहित इच्छामरणाला नव्हे, तर त्याच्या विकृत अर्थाला विरोध केला म्हणजेच मानसिक रुग्ण, बौद्धिक विकास होऊ न शकलेले अशा काहींच्या आयुष्यांना काहीच किंमत नसते आणि त्यामुळेच त्यांचे मृत्यू हे न्याय्य आहेत, हा तो विकृत अर्थ.

नाझींनी अशा लोकांची कत्तल केली होती आणि युद्धसमाप्तीनंतरच्या काही महिन्यांमध्ये ही गोष्ट निःसंशय फ्रँकल यांच्या मनात ताजी असणार. एक मानसोपचारतज्ज्ञ म्हणून फ्रँकल यांना 'दयामरणा'च्या धोरणाची नीटच माहिती असणार. कारण, त्यानेच युद्धापूर्वी ते ज्या संस्थेत काम करत होते तिथल्या काहींचा बळी घेतला होता.

फ्रँकल म्हणतात की, भोग किंवा यातना, अगदी असाध्य आजार, तसंच 'आपोआप आपलं मरण येणं' यात जो आपला अंतःस्थ मान राखला जातो, तो अर्थपूर्ण ठरू शकतो. उदाहरणार्थ, एखादा मनुष्य एखादा विशिष्ट दृष्टिकोन ठेवून जगला किंवा त्याचं आयुष्य अर्थपूर्ण झालं असेल, त्याच्या जीवनाची इतिकर्तव्यता झाली असेल, तर मृत्यूच्या दारातही त्याला एक अंतःस्थ यश मिळालेलं जाणवू शकतं. अशा प्रकारे, फ्रँकल ठामपणे म्हणतात की, कोणालाही दुसऱ्या व्यक्तीच्या आयुष्याला निरर्थक म्हणण्याचा अधिकार नाही किंवा दुसरी व्यक्ती जगायला लायक नाही, असं म्हणण्याचाही अधिकार नाही. फ्रँकल स्वतः नुकतेच छळछावणीतून मुक्त झाले होते, जिथे त्यांच्यासारख्याच सर्व कैद्यांची आयुष्यं कवडीमोलही मानली जात नव्हती. नाझींनी विशिष्ट वांशिक, राजकीय आणि धार्मिक गटांवर केलेले अत्याचार आणि त्यांची आयुष्यं मूल्यहीन मानणं म्हणजे 'होलोकॉस्ट' हे दुष्कृत्यच होतं, शिवाय मानसिक अपंगत्व आलेल्या कित्येक लोकांना, कदाचित लाखो लोकांना नेस्तनाबूत करण्यासाठीसुद्धा हे धोरण अवलंबलं गेलं होतं. विचित्र गोष्ट ही की, या दृष्टिकोनाचं मूळ हे अमेरिकन 'यूजेनिक्स' चळवळीमध्ये सापडतं. यूजेनिक्स हा सामाजिक 'डार्विनिझम'चा एक प्रकार असून, यामध्ये जे लोक समाजामध्ये राहण्यास अपात्र मानले जातात, त्यांचं उच्चाटन करणं न्याय्य समजलं जातं. हे उच्चाटन बऱ्याचदा सक्तीची नसबंदी करून केलं जातं. या युक्तिवादाची तार्किक पण अत्यंत भयानक अशी पूर्ती नाझींनी केली.

एकेकाळी 'नकोशा' मानल्या गेलेल्या लोकांचा बंदोबस्त करण्याची युक्ती म्हणून त्यांची अशा प्रकारे कत्तल करण्याचा प्रकार नशिबाने आज जगभरातून जवळपास नाहीसा झाला आहे. आज, दयामरणाविषयी असणारे वादविवाद हे त्याच्या 'चांगलं मरण' या अर्थाभोवती आहेत. चांगलं मरण म्हणजे यामध्ये अत्यंत वेदना भोगणारा, असाध्य आजाराने ग्रस्त असा एखादा मनुष्य आपल्या यातनांना पूर्णविराम देण्यासाठी आत्महत्येचा पर्याय स्वीकारतो.

सायकोथेरपी म्हणजे मानसोपचाराच्या जगातलं फ्रँकल यांचं सर्वांत मोठं योगदान म्हणजे 'लोगोथेरपी'. यात लोकांना त्यांच्या जीवनातला अर्थ शोधण्यास मदत केली जाते आणि त्याद्वारे त्यांच्या मानसिक समस्यांवर उपाय केले जातात. केवळ आनंदाचा शोध न घेता, जीवनाने आपल्याला देऊ केलेला उद्देश आपण शोधू शकतो, असं फ्रँकल सुचवतात.

केवळ आनंद हे उद्दिष्ट होऊ शकत नाही; सुखं आपल्या आयुष्याला अर्थपूर्ण बनवू शकत नाहीत. उलट, ते म्हणतात की, *आपल्या जीवनातल्या अत्यंत गडद आणि आनंदरहित कालखंडांत आपण प्रगल्भ होतो आणि आपल्याला अर्थ गवसतो.* ते तर असंही विधान करतात की, समस्या आणि आव्हानं ही जितकी जास्त कठीण तितकी जास्त अर्थपूर्ण बनू शकतात. आपण आपल्या आयुष्यातल्या कठीण काळाला कसं तोंड देतो, त्यावरच 'आपण कोण आहोत' ते ठरतं, असं त्यांचं निरीक्षण आहे.

जर आपण आपलं प्राक्तन बदलू शकणार नसलो, तर किमान आपण ते स्वीकारून, परिस्थितीशी जुळवून घेऊन, अडचणींमध्येही कदाचित आपली आंतरिक वाढ घडवून आणू शकतो. हा दृष्टिकोन 'एक्झिस्टेन्शिअल थेरपी' नामक विचारधारेचा एक भाग होता. या उपचारपद्धतीमध्ये यातनांना सामोरं जाणं आणि मृत्यू अशा जीवनातल्या मोठ्या समस्यांवर लक्ष केंद्रित केलं जातं. फ्रँकल यांच्या म्हणण्यानुसार जेव्हा एखाद्या मनुष्याला आपल्या जीवनाच्या उद्दिष्टाची स्पष्ट जाणीव असते, तेव्हा या गोष्टी जास्त नीट हाताळता येतात. फ्रँकल यांच्या आवृत्तीसकट इतर एक्झिस्टेन्शिअल थेरपीज म्हणजे अस्तित्ववादी उपचारपद्धती या मानवकेंद्रित मानसशास्त्राच्या चळवळीचा एक भाग म्हणून ती चळवळ १९७०च्या दशकात कळसाला असताना आणि पुढच्याही दशकांमध्ये फोफावल्या. लोगोथेरपी आणि अस्तित्ववादी विश्लेषणाची एक ठोस परंपरा अगदी आजही सुरू आहे.

फ्रँकल यांच्या मते, माणसांना प्रामुख्याने तीन मार्गांनी आयुष्याच्या अर्थाची पूर्तता करता येते. पहिली गोष्ट म्हणजे कृती, म्हणजे काहीतरी निर्माण करणं, मग ती कला असो, प्रत्यक्ष कष्टाचं काम असो किंवा प्रेम, म्हणजेच असं काहीतरी जे आपल्यानंतरही टिकून राहतं आणि परिणाम करत राहतं. त्यांच्या मते, दुसरी

गोष्ट म्हणजे निसर्ग, कला यांचा आस्वाद घेण्यातून किंवा केवळ इतर लोकांवर प्रेम करण्यातून आयुष्याचा अर्थ गवसू शकतो. इथे फ्रँकल किर्केगार्डचं विधान उद्धृत करतात की, आनंदाचं द्वार नेहमीच बाहेरच्या बाजूला उघडतं. तिसरी गोष्ट म्हणजे स्वतःच्या मृत्यूला सामोरं जाणं किंवा छळछावणीसारखं भयंकर काहीतरी नशिबी येण्यासारख्या जीवनाच्या शक्यतांच्या अटळ मर्यादांना एखादा मनुष्य कसा जुळवून घेतो आणि कसा प्रतिसाद देतो. थोडक्यात म्हणजे आपल्या कृतींमधून, प्रेम करण्यामधून आणि यातनांमधून आपलं जीवन अर्थपूर्ण बनतं.

इथे मला दलाई लामा यांनी त्यांच्या ऐंशीव्या जन्मदिनाच्या निमित्ताने दिलेला जीवनसल्ला आठवतो. त्या वेळी मी *अ फोर्स फॉर गुड : द दलाई लामाज् व्हिजन फॉर अवर वर्ल्ड* हे पुस्तक लिहिहेल होत. तुमच्या स्वतःच्या मनावर आणि तुम्ही जीवनातल्या कठीण प्रसंगांना कसं तोंड देता यांवर अंतर्गत ताबा मिळवा, असं त्यांनी पहिल्यांदा सांगितलं. त्यानंतर करुणा आणि परोपकार, दुसऱ्यांना मदत करण्याची वृत्ती ही मूल्यं अंगी बाणवा आणि शेवटी, नियती तुमच्यासमोर जे काही आणेल, त्यावर या मूल्यांच्या आधारे कृती करा.

रॅबाय हिलेल यांनी सुमारे दोन हजार वर्षांपूर्वी एकत्रित केलेली मांडणी फ्रँकल सांगतात. त्याचं मला माहीत असलेलं सगळ्यात चांगलं भाषांतर असं आहे : 'जर मीच माझ्यासाठी नसेन, तर माझ्यासाठी कोण असेल? जर मी इतरांसाठी नसेन, तर मी काय आहे? आणि जर आत्ता नाही, तर मग केव्हा?' फ्रँकलच्या मते हे असं सुचवतं की, आपल्यापैकी प्रत्येकाच्या जीवनाचा एक अद्वितीय असा उद्देश असतो आणि इतरांची सेवा केल्याने त्याचं उदात्तीकरण होतं. आपल्या कृतींची व्याप्ती आणि पसारा हा फार महत्त्वाचा नसतो. मात्र आपल्या जीवनचक्राच्या विशिष्ट मागण्यांना आपण कसा प्रतिसाद देतो, हे जास्त महत्त्वाचं असतं.

या दोन पूर्णपणे भिन्न अशा शहाणीवेच्या शब्दांमधला एक समान धागा म्हणजे आपण हर क्षणी म्हणजेच आत्ता या क्षणी जीवनाच्या वास्तवाला कसा प्रतिसाद देतो आणि दैनंदिन जीवनातल्या नीतितत्त्वांमधून आपलं उद्दिष्ट कसं दाखवून देतो. आपल्या जीवनाचा अर्थ काय हा प्रश्न सततच आयुष्यात आपल्यासमोर येत असतो आणि आपण जीवनाला कसा प्रतिसाद देतो यातूनच त्या प्रश्नाचं उत्तर आपण देत असतो.

पण इतकंच नाही, तर फ्रँकल यांनी मानवी मनाचा कमजोरपणादेखील पाहिला. ते नोंद करतात की, प्रत्येक जण अपूर्ण किंवा सदोष असतो; पण त्यातही प्रत्येक जण वेगळा असतो. यालाही एक सकारात्मक वळण देत ते म्हणतात, 'प्रत्येकाची बलस्थानं आणि कमजोरी हेही अद्वितीय असतं आणि त्यामुळेच एका व्यक्तीची जागा कोणीही दुसरी व्यक्ती घेऊ शकत नाही.'

फ्रँकल यांच्याप्रमाणेच नाझी छळछावण्यांमधून मुक्तता झालेल्या लोकांपैकी बराचशा लोकांनी मायदेशी परतण्याऐवजी इतर देशांत निघून जायचा पर्याय स्वीकारला. कारण, त्यांचे बरेचसे शेजारीपाजारी हेच खुनी बनलेले होते; पण व्हिक्टर फ्रँकल यांनी मात्र त्यांची मुक्तता झाल्यानंतर त्यांच्या मूळ गावी म्हणजेच व्हिएन्नाला राहण्याचं ठरवलं आणि तिथल्या एक मोठ्या रुग्णालयात ते न्यूरॉलॉजी विभागाचे प्रमुखही बनले.

फ्रँकल ज्या ऑस्ट्रियन लोकांमध्ये राहत होते, त्यांच्या बोलण्याने ते बऱ्याचदा गोंधळून जात. ज्या छळछावण्यांमध्ये फ्रँकल यांचा जीव कसाबसा वाचला होता, त्या छावण्यांमधल्या भयंकर गोष्टींबद्दल आम्हाला काहीच माहीत नाही, असं ते लोक म्हणत. 'आपण या गावचेच नाही' असा जो दिखावा हे लोक करत होते, तो अगदीच तकलादू होता, असं फ्रँकल यांना वाटे. त्यांच्या मते या लोकांनी मुद्दामहूनच काही जाणून न घेण्याचा *पर्याय* स्वीकारला होता.

एर्विन स्टाउब नावाचे सामाजिक मानसशास्त्रज्ञ हेही नाझींच्या छळातून बचावलेले होते. मृत्यू अटळ असताना त्यांना राउल वॉलेनबर्ग यांनी वाचवलं होतं. वॉलेनबर्ग हे एक मुत्सद्दी होते, ज्यांनी जिवावर उदार झालेल्या हजारो हंगेरियन लोकांचे स्वीडिश पासपोर्ट बनवून त्यांना नाझींपासून सुरक्षित ठेवलं होतं. स्टाउब यांनी क्रौर्य आणि तिरस्कार यांचा अभ्यास केला आणि अशा दुष्ट प्रवृत्तींचं एक मूळ शोधून काढलं, ते म्हणजे त्रयस्थ बघ्यांनी दुर्लक्ष करणं किंवा नजर फिरवणं, मुद्दामहून एखादी गोष्ट न बघणं किंवा जाणून न घेणं. अशा प्रकारे जाणून न घेणं म्हणजे आपल्या कृत्यांना बघ्या लोकांची मूक सहमतीच आहे, असा अर्थ दुष्कृत्य करणारे काढतात. उलट स्टाउब दाखवून देतात की, जर साक्षीदारांनी दुष्कृत्याविरोधात आवाज उठवला जर पापी लोकांना अशी कृत्यं करणं जास्त कठीण जातं.

युद्धोत्तर व्हिएन्नामध्ये फ्रँकल यांनाही अशाच 'आम्हाला-काहीच-माहीत-नाही'च्या वृत्तीचा अनुभव आला. नाझींच्या अल्पशा सत्ताकाळात सर्वत्र विखुरलेल्या छळछावण्यांबद्दल आणि त्यामध्ये कैदी बनलेल्या आपल्या कितीतरी शेजाऱ्यापाजाऱ्यांच्या नशिबाबद्दल व्हिएन्नातले लोक अनभिज्ञ होते. फ्रँकल आपल्याला दाखवून देतात की, या माहीत करून न घेण्यामागचा सुप्त हेतू म्हणजे या गुन्ह्यांच्या जबाबदारीतून किंवा कोणत्याही प्रकारच्या अपराधभावातून स्वतःची सुटका करून घेणं. सर्वसामान्यपणे, हुकूमशाहीवादी सत्ताधाऱ्यांनी या गोष्टी जाणून न घेण्यासाठी लोकांना प्रोत्साहनच दिलं होतं, असं फ्रँकल यांच्या लक्षात आलं आणि अगदी आजही आजूबाजूला जीवनाचं हेच वास्तव दिसतं.

'मला याची मुळीच कल्पना नव्हती,' असं म्हणून आपण निर्दोष आणि निरागस असल्याची याचना केली जाते. आजच्या काळातल्या दोन पिढ्यांमधले तणावपूर्ण संबंध त्याचीच साक्ष देतात. जगभरातली तरुण पिढी वयस्कर लोकांच्या

पिढीवर संतापलेली आहे. कारण, त्यांनी तरुणांना वारसा म्हणून एक अत्यंत उद्ध्वस्त केलेला ग्रह सुपुर्द केलेला आहे आणि पर्यावरणाचा हा सुरू झालेला विनाश कित्येक दशकंच नव्हे, तर कित्येक शतकं चालू राहणार आहे.

पर्यावरणाविषयी अनभिज्ञ असणं हे कितीतरी शतकांपासून, अगदी औद्योगिक क्रांतीपासून सुरू आहे, तेव्हापासून आपण उत्पादनाच्या असंख्य पद्धती पाहिलेल्या आहेत. त्यातल्या बऱ्याचशा अशा काळात निर्माण झाल्या, जेव्हा आपल्याला त्यांच्या पर्यावरणीय परिणामांची काहीच कल्पना नव्हती. विज्ञान आणि तंत्रज्ञानाच्या विकासामुळे बदल घडू लागले आणि नवे पर्याय निर्माण झाले, जे 'क्लायमेट क्रायसिस' म्हणजेच पर्यावरणीय बदलाच्या धोक्यावर उपाययोजना करतात आणि असे पर्याय जगभर सर्व पिढ्यांचे लोक निवडू लागले आहेत.

असे नावीन्यपूर्ण आणि 'ग्रीन' पर्याय हे पृथ्वी २.०चा म्हणजेच येत्या दशकांमधल्या पृथ्वीचा उजाडपणा कमी करण्याचा एक मार्ग आहे आणि ही जीवनाची वस्तुस्थिती आजच्या तरुणांसाठी आणि मुलांसाठी लक्षवेधक आहे. जर आज फ्रँकल आपल्यासोबत असते (त्यांचा १९९७ साली मृत्यू झाला), तर त्यांना नक्कीच आनंद झाला असता की, आजचे तरुण इतक्या मोठ्या संख्येने जाणून घेण्याचा पर्याय स्वीकारत आहेत आणि पर्यावरणीय वस्तुस्थिती लोकांसमोर आणून त्यावर काम करण्यात आपल्या आयुष्याचा उद्देश आणि अर्थ शोधत आहेत.

नुकत्याच होऊन गेलेल्या महायुद्धादरम्यान ज्या प्रमाणात 'सुसंस्कृत' जगाला वेडाचाराने ग्रासलं होतं, त्याचा विचार करता फ्रँकलना वाटलं की, त्यांच्या काळातल्या तरुण पिढीसमोर कोणतेही आदर्श उरले नव्हते, जे त्यांच्यात उत्साहपूर्ण आदर्शवादाची संवेदना जागवतील, प्रगतीसाठी आवश्यक असलेली ऊर्जा देतील. त्यांच्या मते, युद्धाचे साक्षीदार असलेल्या तरुणांनी इतकं क्रौर्य, इतक्या निरर्थक यातना आणि असह्य आघात आणि मृत्यू पाहिले होते की, ते उत्साह तर सोडूनच द्या, सकारात्मक दृष्टिकोनही ठेवू शकत नव्हते.

युद्धाची चिन्हं दिसू लागल्याची वर्षं आणि प्रत्यक्ष युद्धाची वर्षं यांनी सर्व तत्त्वं 'पूर्णपणे मोडीत' काढली होती आणि जगातच काही अर्थ नाही, असा शून्यतावादी दृष्टिकोन तयार केला होता, असं फ्रँकल नोंदतात. जीवन उदात्त असतं यासारख्या संकल्पनांना असत्यांच्या जोरदार प्रवाहाने इतक्या बेलगामपणे नष्ट करून टाकलेलं असतं की, या संकल्पनांचं पुनरुज्जीवन करणं आणि त्या टिकवून ठेवणं कोणत्या प्रकारे शक्य होईल, असा प्रश्न फ्रँकल उपस्थित करतात.

अत्यंत सुयोग्य वेळी दिलेल्या आणखी एका अंतर्दृष्टीमध्ये फ्रँकल म्हणतात की, लोक अविचाराने उपभोग घेत जातात आणि पुढे काय विकत घ्यायचं याचाच सतत विचार करत राहतात, असा भौतिक दृष्टिकोन हा अर्थहीन आयुष्याचं एक योग्य

उदाहरण आहे. यामध्ये आपण नैतिकतेचा कोणताही विचार न करता 'अधाशीपणे चरत' राहतो. 'उपभोग घेण्याची अधीरता' हाच आजच्या काळातल्या जगाचा एक प्रबळ दृष्टिकोन बनला आहे, मात्र त्यामध्ये कुठेही उदात्त अर्थ किंवा अंतःस्थ हेतूचा लवलेशही नाही.

यातच भर म्हणजे अर्थव्यवस्थेने केलेला मानवी सन्मानाचा ऱ्हास. फ्रँकल यांनी दिलेल्या व्याख्यानांपूर्वी काही दशकं याच व्यवस्थेने काम करणाऱ्या नोकरदार महिला व पुरुषांना 'केवळ साधनं' बनवून टाकलं आहे. लोक केवळ दुसऱ्याला पैसा मिळावा म्हणून काम करणारी 'साधनं' बनले आहेत, इतकं त्यांना खालच्या पायरीवर ठेवलं गेलं आहे. फ्रँकल यांच्या मते हा मानवी सन्मानाचा अवमान आहे आणि कोणताही मनुष्य कोणत्यातरी विशिष्ट फायद्यासाठी वापरलं गेलेलं साधन बनता कामा नये.

आणि मग छळछावण्या तर होत्याच, जिथे केवळ मृत्यूला लायक ठरवल्या गेलेल्या जीवांकडूनही अक्षरशः शारीरिक मर्यादा संपेस्तोवर गुलामांसारखी कामं करवून घेऊन त्यांचं शोषण केलं गेलं. या सर्वांमुळे, शिवाय दुष्ट नेत्यांशी हातमिळवणी केल्याच्या सरळसाध्या वस्तुस्थितीमुळेही, खासकरून युरोपीय देश एका सामायिक अपराधभावाने व्यापले होते. या सगळ्यात भर म्हणून की काय, छळछावणीतून वाचलेल्या फ्रँकल यांना तीव्रपणे जाणीव होती की, 'आपल्यापैकी सर्वांत चांगले' कधीच परतले नाहीत. या ज्ञानामुळे कोणीही सहज 'वाचलेल्यांच्या अपराधभावने'चा म्हणजेच 'सर्व्हायव्हर्स गिल्ट'चा बळी पडू शकतो, त्यामुळे छळछावणीतून वाचलेल्या त्यांच्यासारख्या लोकांना आनंदी कसं राहायचं हे पुन्हा नव्याने शिकावं लागलं, यात आश्चर्य ते काय.

या सगळ्या अपमानांमधून स्वतःला बाहेर काढून अर्थपूर्णतेच्या संवेदनेपर्यंत पोहोचणं म्हणजे अंतर्गत आपत्तीला निमंत्रण देण्यासारखंच आहे, हे फ्रँकल यांना माहीत होतं. नाहीतर त्यामुळे कोणालाही शून्यतावादी अस्तित्ववादाच्या अस्वस्थ जगाचाच दृष्टिकोन मिळाला असता. बेकेट यांचं युद्धानंतरचं उदास नाटक *वेटिंग फॉर गोदो* आठवून पाहा, ज्यामध्ये युद्धाच्या वर्षांमधली कटुता आणि निराशाच व्यक्त केलेली आहे. फ्रँकल म्हणतात, 'समकालीन तत्त्वज्ञानाने आजच्या जगाकडे ते अर्थहीन असल्यासारखं पाहिलं, तर त्यात आश्चर्य वाटण्याजोगं काहीच नाही.'

'फास्ट फॉरवर्ड' करून सात किंवा त्यापेक्षा थोड्या जास्त दशकांकडे येऊ या. आजकाल विविध प्रकारचे पुरावे हे दाखवून देतात की, आजचे बरेच तरुण आपली अर्थपूर्णतेची जाणीव आणि आयुष्याचा उद्देश याला प्रथम प्राधान्य देत आहेत. फ्रँकल हे ज्या भयंकर अनुभवांतून वाचले, त्याने त्यांना सर्व गोष्टींकडे पाहायला जणू एक अंधकारमय भिंग मिळालं होतं, ज्यातून त्यांना या आजच्या घडामोडीचा अंदाज तेव्हा लावता आला नसता; पण पूर्वीपेक्षा आता अधिक प्रमाणात नवी पिढी

त्यांच्या वैयक्तिक मूल्यांविरुद्ध कृती करणाऱ्या ठिकाणी काम करणं टाळतात, असं कंपन्यांसाठी तरुणांची भरती करणारे लोक सांगतात.

जीवनातला उद्देश किती महत्त्वाचा असतो, या फ्रँकल यांच्या अंतर्ज्ञानी जाणिवेला आता मोठ्या प्रमाणावर झालेल्या संशोधनाने दुजोराच दिला आहे. उदाहरणार्थ, जीवनात जर ठोस उद्देश असेल, तर तो अनारोग्यापासून बचाव करतो. डेटा असं दाखवतो की, जीवनोद्देश असलेले लोक अधिक वर्षे जगतात. समाधान आणि आरोग्याचे जे आधारस्तंभ आहेत, त्यात 'उद्देश' हाही एक आधारस्तंभ आहे, असं संशोधकांच्या लक्षात आलं आहे.

बेकेटच्या नाटकात एस्ट्रागॉन आणि व्लादिमीर ही दोन पात्रं गोदोची वाट पाहत एका नैराश्यपूर्ण कालातीत अवस्थेत अडकलेली असताना, आपली या अर्थहीन अवस्थेतून सुटका करून घेण्यासाठी आत्महत्येचे निष्फळ प्रयत्न करतात. याउलट, नाझींनी छळछावणीत पाठवण्याआधीच्या दशकात फ्रँकल यांनी एक आत्महत्या प्रतिबंधक कार्यक्रम यशस्वीपणे सुरू केला होता. त्या काळात जर्मन विद्यालयांमध्ये कित्येक विद्यार्थी त्यांना पुढे काय शिकता येईल अथवा नाही हे ठरवणाऱ्या परीक्षांच्या गुणपत्रिका हाती आल्या की आत्महत्या करत.

फ्रँकल म्हणतात की, आत्महत्या या निरर्थकतेच्या कळसाचंच प्रतीक आहेत. त्यांनी लिहिलं आहे, 'आत्महत्या कधीच कोणती समस्या सोडवू शकत नाही' किंवा जीवनाने आपल्यासमोर ठेवलेल्या प्रश्नाचं उत्तर देऊ शकत नाही. कमी गुण मिळाल्यामुळे होणाऱ्या भयंकर परिणामांची अतिशयोक्ती करण्यापेक्षा आणि तीच गोष्ट धरून बसण्यापेक्षा विद्यार्थ्यांनी आयुष्यातली आपली स्वप्नं किंवा ध्येयं काय आहेत, याचा विचार करावा, असं फ्रँकल कळकळीने सांगतात. त्यांनी तयार केलेला कार्यक्रम राबवल्यानंतर पहिल्याच काही वर्षांमध्ये या आत्महत्यांचं प्रमाण शून्यावर आलं, असं स्रोतांकडून समजतं.

'ज्याही कोणाकडे *का* जगायचं याचं उत्तर असेल, तो जवळपास कोणतंही *कसं* सहन करू शकतो,' असं जर्मन तत्त्वज्ञ फ्रीडरीक नित्शे म्हणतात. फ्रँकल यांच्यासोबत कैदी म्हणून असलेल्या काही जणांमध्ये जिवंत राहायची जी ऊर्मी होती, त्याचं याच सूत्राने फ्रँकल स्पष्टीकरण देतात. फ्रँकल यांच्या मते, ज्यांना आपापल्या आयुष्यात काहीतरी मोठा अर्थ किंवा उद्देश सापडला, जे आपण काय योगदान द्यायचं याचं स्वप्न बघत, त्यांची जिवंत वाचण्याची शक्यता धीर सोडलेल्यांपेक्षा जास्त होती.

इथे एक गोष्ट अत्यंत महत्त्वाची ठरली होती. पहारेकरी कैद्यांवर अत्याचार करत, त्यांना मारत आणि डोक्यावर सतत मृत्यूची टांगती तलवार असे, मात्र तरीही कैद्यांच्या आयुष्याचा एक भाग मुक्तच होता : त्यांची मनं! त्यांच्या आशा, कल्पना

आणि त्यांची स्वप्नं ही त्या भीषण परिस्थितीतही केवळ त्यांचीच होती. ही अंतःस्थ क्षमता हेच खरं मानवी स्वातंत्र्य होतं. त्यांनी निरीक्षण नोंदलं आहे, की 'जर उपाशी राहण्याला काहीतरी उद्देश किंवा अर्थपूर्णता मिळाली' तर लोक उपाशी राहायलाही तयार असतात.

मानवी अस्तित्वासंबंधीच्या या सत्यातून फ्रँकल यांनी एक धडा उचलला : आयुष्यातल्या घटनांकडे पाहण्याचा आपला दृष्टिकोन किंवा आपण कोणत्याही घटनांचा काय अर्थ काढतो, हे प्रत्यक्षात आपल्यावर गुदरणाऱ्या गोष्टींइतकंच किंवा त्याहूनही जास्त महत्त्वाचं ठरतं. 'प्राक्तन' किंवा नियतीवर आपला काहीच ताबा नसतो; पण अशा घटनांना आपण कशा प्रकारे प्रतिसाद देतो, याला आपणच जबाबदार असतो.

अर्थपूर्णतेची जाणीव किती महत्त्वाची असते, ही मर्मदृष्टी फ्रँकल यांना छळछावण्यांचा भयंकर अनुभव घेण्यापूर्वींच समजली होती. मात्र कैदी म्हणून छळछावण्यांमध्ये काढलेल्या वर्षांनी त्यांच्या या म्हणण्याला पुष्टीच मिळाली. १९४१ साली जेव्हा त्यांना पकडून हद्दपार करण्यात आलं, तेव्हा त्यांच्या ओव्हरकोटाच्या अस्तरात त्यांनी स्वतःच्या एका पुस्तकाचं हस्तलिखित शिवून सोबत घेतलं होतं. याच पुस्तकात त्यांनी हा वर मांडलेला दृष्टिकोन विशद केला होता. हे पुस्तक एक दिवस छापून येईल, अशी त्यांना आशा होती. मात्र कैदी झाल्याच्या पहिल्याच दिवशी त्यांना आपल्या त्या कोटावर आणि त्यातल्या त्या अप्रकाशित पुस्तकावर पाणी सोडावं लागलं. आपले हे विचार प्रकाशित करायची इच्छा आणि आपल्या प्रेमाच्या, जवळच्या माणसांना पुन्हा एकदा भेटायची ओढ या दोन गोष्टींनी त्यांना जगण्याचा उद्देश बहाल केला आणि 'बुडण्यापासून' वाचवलं.

युद्धानंतर आणि छळछावण्यांमधलं क्रौर्य सहन करूनसुद्धा जीवनाविषयीचा आपला सकारात्मक दृष्टिकोन शाबूत ठेवलेल्या फ्रँकल यांनी या व्याख्यानांमध्ये लोकांना आपापलं अतीव नुकसान, तीव्र दुःख आणि भ्रमनिरास यांना सामोरं जाऊनही 'एका नव्या मानवतेसाठी' प्रयत्नांची पराकाष्ठा करण्याचं आवाहन केलं. ते म्हणाले, 'जे जे मानवी आहे, ते ते चिरंतन आहे.'

फ्रँकल यांना आठवतं की, त्यांनी त्यांच्या विद्यार्थ्यांना विचारलं होतं की, आपल्या स्वतःच्या आयुष्याला कशामुळे अर्थ प्राप्त होतो. एका विद्यार्थ्याने अचूक ओळखलं होतं : इतर लोकांना त्यांच्या जीवनात उद्देश शोधण्यास मदत केल्याने. फ्रँकल यांनी या व्याख्यानांचा आणि या पुस्तकाचा शेवट करताना म्हटलं आहे की, आपल्यापैकी कोणीही, काहीही झालं तरी जीवनाला सकारात्मकतेने कवेत घ्यावं हाच त्यांचा कायम उद्देश राहिला आहे.

संपादकीय टीप

व्हिक्टर फ्रँकल यांनी १९४६ सालच्या मार्च आणि एप्रिल महिन्यांत, व्हिएन्नामधला नोकरदारवर्ग राहत असलेल्या ओट्टाक्रिंग या भागात एका प्रौढ शिक्षण विद्यालयात या पुस्तकात छापलेली व्याख्यानं दिली. त्याच वर्षी या व्याख्यानांचं पुस्तकही झालं आणि ते *trotzdem ja zum Leben sagen. Drei Vortrge* (येस टू लाइफ इन स्पाइट ऑफ एव्हरीथिंग. तीन व्याख्यानं) या नावाने प्रकाशित केलं गेलं.

ही मूळ भाषणं जेव्हा प्रकाशित झाली, त्या काळी जर्मन भाषेत सर्वसामान्यपणे वापरले जाणारे आणि वैद्यकीय भाषेतील काही शब्द सहजपणे त्यात आले होते. मात्र ते आताच्या काळात स्वीकाराई नसल्यामुळे काळजीपूर्वक बदलण्यात आहे आहेत.

मात्र भाषांतर करताना फ्रँकल यांच्या भाषेचा लहेजा सांभाळण्यासाठी आणि एकूणच त्यांच्या विचारांची, युक्तिवादांची लय राखण्यासाठी पुरुषवचनी शब्द किंवा वाक्यं जेंडर न्यूट्रल करण्यात आलेली नाहीत.

आजच्या घडीला (१९४६) जीवनाच्या अर्थपूर्णतेविषयी आणि मूल्याविषयी बोलणं कधी नव्हे तितकं गरजेचं वाटेल, मात्र प्रश्न फक्त हा आहे की हे 'शक्य' आहे का आणि असल्यास कसं? काही बाबतीत हे आज अधिक सुलभ आहे : आपण आता कितीतरी गोष्टींबद्दल मोकळेपणाने बोलू शकतो. अशा गोष्टी ज्या मुळातच मानवी अस्तित्वाच्या अर्थपूर्णतेच्या आणि मूल्याच्या समस्येशी आणि मानवी सन्मानाशी संबंधित आहेत. मात्र, इतर काही अंगांनी विचार करता अर्थपूर्णता, मूल्य आणि सन्मान यांविषयी बोलणं जास्त अवघड झालं आहे. आपण स्वतःला विचारलं पाहिजे : आजही आपण हे शब्द अगदी सहजपणे वापरू शकतो का? या शब्दांच्या मूळ अर्थाबद्दलच कुठेतरी प्रश्नचिन्ह निर्माण झालं नाहीये का? गेल्या काही वर्षांत त्या शब्दांचा जो अर्थ आहे किंवा एकेकाळी होता, त्याविरुद्ध मोठ्या प्रमाणावर नकारात्मक प्रचार झालेला आपण पाहिला नाहीये का?

गेल्या काही वर्षांमध्ये झालेला मतप्रचार हा तर जवळपास कोणत्याही प्रकारच्या अर्थपूर्णतेविरुद्ध आणि अस्तित्वाच्या मूल्याविरुद्ध झालेला प्रचार होता आणि या दोन गोष्टींवरच त्याने प्रश्नचिन्ह उभं केलं होतं! खरं सांगायचं तर मानवी जीवनाला कवडीचंही मूल्य नसल्याचं प्रात्यक्षिकच या गेल्या काही वर्षांनी आपल्याला दाखवलं आहे.

कान्टपासून युरोपियन विचारधारा मानवाच्या खऱ्या सन्मानाविषयी सुस्पष्ट विधानं करण्यात यशस्वी ठरलेली आहे : आपल्या 'कॅटेगोरिकल इंपरेटिव्ह'च्या दुसऱ्या फॉर्म्युलेशनमध्ये कान्ट स्वतःही म्हणतो की, प्रत्येक गोष्टीला स्वतःचं मूल्य असतं. मात्र मानवाला स्वतःचा सन्मान असतो – एखादा मनुष्य कधीही एक साधन होऊ नये; पण गेल्या काही दशकांच्या *अर्थव्यवस्थेमध्ये* बरेचसे *नोकरदार* लोक हे केवळ साधन बनलेले आहेत; आर्थिक जीवनातलं एक अवजार बनण्याइतक्या खालच्या पातळीला गेलेले आहेत. काम हे पैसा मिळवण्याचं, आयुष्य जगण्याचं आणि जगण्याचं खाद्य म्हणून साधन न राहता, माणूस आणि त्याचं जीवन, त्याची ऊर्जा, त्याची 'मॅन–पॉवर' हीच पैसा कमावण्याचं साधन बनली.

आणि मग युद्धाला सुरुवात झाली. असं युद्ध, ज्यामध्ये माणूस आणि माणसाचं जीवन हे मृत्यूचं साधन म्हणूनही वापरलं गेलं आणि मग आल्या

छळछावण्या. तिथे तर ज्या लोकांचं जीवन फक्त मृत्यूच्याच लायकीचं मानलं गेलं होतं, त्यांचंही अमर्याद शोषण केलं गेलं. काय हे जीवनाचं अवमूल्यन, किती हा हिणकसपणा आणि किती ही मनुष्यप्राण्याची अधोगती! काही एका निर्णयाप्रत किंवा निकालाप्रत पोहोचण्यासाठी आपण अशी कल्पना करून पाहू की, काही कारणाने सरकारला त्यांनी मृत्युदंड सुनावलेल्या सगळ्या लोकांचा वापर करून, त्यांच्या आयुष्याच्या शेवटच्या क्षणापर्यंत, जास्तीत जास्त कष्टाच्या मर्यादेपर्यंत त्यांचं शोषण करायचं आहे. असं गृहीत धरू की, कदाचित या सगळ्या लोकांना थेट ठार मारण्यापेक्षा किंवा उर्वरित आयुष्यभर त्यांना खायला घालण्यापेक्षा त्यांच्याकडून असं काम करून घेणं जास्त शहाणपणाचं असावं आणि आम्हाला छळछावण्यांमध्ये वारंवार सांगितलं जायचंच का, आम्ही सूपच्याही लायकीचे नाही आहोत'. हे म्हणजे आम्हाला दिवसभरातलं एकमेव जेवण म्हणून वाटलं जाणारं सूप. आणि या सूपकरिता आम्हाला काय किंमत मोजावी लागायची? तर दिवसभर जमीन खोदण्याचे परिश्रम करावे लागायचे. आम्हा नालायक क्षुद्रांना केवळ कृपेने लाभलेली ही भेट, जिच्यासाठी खरं तर आम्ही पात्र नव्हतो, ती ठरावीक प्रकारेच स्वीकारावी लागायची : जेव्हा सूपचं वाटप केलं जायचं, तेव्हा प्रत्येक कैद्याला आपली टोपी काढून आदर दर्शवावा लागायचा, तर अशा प्रकारे आमचं जीवन सूपच्या एका वाडग्याच्याही लायकीचं नसताना, आमचा मृत्यूसुद्धा कवडीमोलाचा होता. आमच्यावर बंदुकीची एक शिसाची गोळीही वाया घालवण्याच्या लायकीचे आम्ही नव्हतो, केवळ झिक्लॉन बी[१]च्या लायकीचे होतो!

शेवटी हे 'मेंटल इन्स्टिट्यूटूस'मधल्या *सामूहिक हत्यांपर्यंत* पोहोचलं. इथे तर हे उघड होतं की, एखाद्या मनुष्याचं आयुष्य, अगदी वाइटातल्या वाईट प्रकारे का असेना, जर 'उत्पादनक्षम' राहिलं नसेल, तर त्याला अक्षरशः 'जगण्याला नालायक' घोषित केलं जात असे.

पण आपण सुरुवातीला म्हणालो तसं 'अर्थहीनते'चा किंवा 'नॉन-सेन्स'चासुद्धा त्या काळात प्रसार केला जात होता, असं आपण म्हणतो तेव्हा त्याचा अर्थ काय?

आज आपण ज्या दृष्टिकोनातून जीवन जगतो, त्यात अर्थपूर्णतेवर विश्वास ठेवायला जागाच नाही. आपण एका टिपिकल युद्धोत्तर काळात राहतो आहोत. मी इथे काहीसे पत्रकारितेमधले शब्द वापरत असलो, तरी खरोखरच आजच्या सर्वसामान्य माणसाच्या मनाची स्थिती आणि आध्यात्मिक स्थिती यांचं अचूक वर्णन 'आध्यात्मिकदृष्ट्या पूर्णपणे उद्ध्वस्त' झालेले असंच करावं लागेल. हीच गोष्ट मुळात इतकी वाईट आहे. मात्र ती आणखी वाईट होत जाते. कारण, आपण

---

१ झिक्लॉन बी (मूळचं एक कीटकनाशक) हा एका अत्यंत विषारी वायूचा ब्रँड असून, तो हायड्रोजन सायनाइडपासून बनवलेला असतो. आउश्वित्झ आणि इतर छळछावण्यांमध्ये सामूहिक हत्यांसाठी नाझी हा वायू वापरायचे.

पुन्हा एकदा युद्धपूर्व काळात राहत असल्याच्या भावनेचं प्रचंड वर्चस्व आपल्यावर आहे. अणुबाँबच्या शोधामुळे जागतिक पातळीवरच्या आपत्तीच्या भीतीत वाढ झालेली आहे आणि 'जगाचा सर्वनाश' होण्याच्या मनःस्थितीने दुसऱ्या सहस्रकाच्या शेवटाचा कब्जा घेतलेला आहे. आपल्याला अशा 'सर्वनाशाच्या मनःस्थिती'बद्दल इतिहासात माहिती आहेच. पहिल्या सहस्रकाच्या सुरुवातीला आणि शेवटाकडे अशी मनःस्थिती अस्तित्वात होती आणि गेल्या शतकामध्ये 'शतक–समाप्ती'ची भावना तर सर्वश्रुतच आहे; पण केवळ ही भावना पराभववादी होती असं नव्हे, तर या सगळ्याच मनःस्थितीच्या मुळाशी प्रारब्धवाद आहे (प्रारब्धवाद किंवा फेटॅलिझम म्हणजे सगळ्या गोष्टी पूर्वनियोजित असतात आणि म्हणूनच अटळ असतात असा विश्वास ठेवणारी वृत्ती).

मात्र अशा प्रकारच्या प्रारब्धवादाची भावना असताना आपण कोणत्याही आध्यात्मिक पुनर्निर्मितीकडे जाऊ शकत नाही. पहिल्यांदा आपल्याला या भावनेवर मात करावी लागेल; पण तसं करताना आजच्या घडीला आपण हे नक्कीच लक्षात घ्यायला हवं की, गेल्या काही वर्षांमध्ये जे काही घडलं आहे, त्याला आपण आनंदी आणि काहीशा बेफिकीर अशा आशावादी वृत्तीने इतिहासाच्या हवाली करू शकत नाही. आपण निराशावादी बनलो आहोत. आपला प्रगतीवरचा विश्वास उडाला आहे. उच्च पातळीची मानवी उत्क्रांती ही आपोआपच घडून येईल, हा विश्वास उरलेला नाही. केवळ *आत्मसंतुष्ट पुराणमतवाद्यांचा* आपोआप होणाऱ्या प्रगतीवर अंध विश्वास होता. आजच्या काळात असा विश्वास *प्रतिक्रियात्मक* ठरेल. मानव काय करू शकतो, हे आज आपल्याला माहीत झालं आहे आणि माणसं आपल्या आवतीभोवतीचं जग पूर्वी कसं पाहायची आणि आज कसं पाहतात यात जर मूलभूत फरक असेल, तर त्याची अशी ओळख असेल : पूर्वी ॲक्टिविजम (सक्रियतावाद) सोबत आशावाद असायचा. मात्र आज ॲक्टिविजमला निराशावादाची गरज पडते. कारण, आज कोणत्याही गोष्टीविरुद्ध कृती करायची इच्छा होण्यासाठी एक कारण लागतं आणि ते म्हणजे प्रगतीचा कोणताही विश्वासार्ह मार्ग नसल्याची जाणीव. आज आपण काहीही न करता बसून राहू शकत नाही, याचं अचूक कारण म्हणजे कशाची 'प्रगती' किंवा वाढ होणार आणि ती कुठंवर होणार ते आपल्यापैकी प्रत्येक जण ठरवत असतो. यामध्ये आपल्याला हे माहीत आहे की, अंतःस्थ वाढ किंवा प्रगती करणं खरं तर प्रत्येक माणसाला वैयक्तिक पातळीवर शक्य आहे; पण त्याच वेळी सामूहिक प्रगती ही फारतर तांत्रिक प्रगती असू शकते. कारण, आपण आज तांत्रिक युगात राहत असल्याने त्यामुळे प्रभावित होतो. आता आपण फक्त निराशावादातूनच काहीतरी कृती करू शकतो. आपण अजूनही फक्त संशयखोर वृत्तीच्या दृष्टिकोनातूनच जीवनातल्या संधी मिळवू शकतो आहोत. त्याच वेळी पूर्वीचा आशावाद आपल्याला फक्त आत्मसंतुष्टीच्या गुंगीत नेऊन प्रारब्धवादाला

प्रवृत्त करेल, जरी तो प्रारब्धवाद 'छान छान वाटेल असा' असला तरी! मात्र मला या गोड गोड प्रारब्धवादापेक्षा जागरूक ॲक्टिव्हिजमच बरा वाटतो!

अशा प्रकारच्या संशयखोर वृत्तीमुळे उद्ध्वस्त न होण्यासाठी, एखाद्या मनुष्याचा जीवनाच्या अर्थपूर्णतेवर किती दृढ विश्वास असावा लागेल! जर या विश्वासाच्या बळावर आपण ही संशयखोर वृत्ती आणि निराशावाद स्वीकारू शकणार असू, तर मानवी अस्तित्वाच्या अर्थपूर्णतेवर आणि मूल्यावर आपल्याला किती बिनशर्त विश्वास ठेवावा लागेल आणि या काळात, जेव्हा सर्व प्रकारचा आदर्शवाद इतका निराश झालेला आहे, उत्साहावर विरजण पडलेलं आहे, तेव्हा आपण आदर्शवाद आणि उत्साहालाच आवाहन करण्यापलीकडे काही करू शकत नाही. आपल्याला तरुणांमध्येच हा आदर्शवाद किंवा उत्साह सापडू शकतो. मात्र आजच्या नव्या पिढीसमोर, आजच्या तरुणांसमोर कोणीच आदर्श किंवा 'रोल मॉडेल' नाहीत. या एकाच पिढीला किती उलथापालथी घडलेल्या पाहाव्या लागल्या आहेत. किती बाह्य आणि त्याचा परिणाम म्हणून अंतर्गत दुःख आणि यातना भोगाव्या लागल्या आहेत. या एकाच पिढीने किती सहन केलं आहे, त्यामुळे काहीही प्रश्न न विचारता त्यांनी त्यांचा आदर्शवाद आणि उत्साह टिकवून ठेवावा, अशी आपण त्यांच्याकडून अपेक्षा करू शकत नाही.

गेल्या काही वर्षांचा परिपाक म्हणजे सगळे राबवलेले कार्यक्रम, घोषणा आणि सगळी तत्त्वं संपूर्णपणे बदनाम झालेली आहेत. या काही वर्षांत यातलं काहीच टिकून राहू शकलेलं नाही, त्यामुळे जर समकालीन तत्त्वज्ञानाने जगात काहीच अर्थ (सबस्टन्स) नाही, अशा दृष्टीने जगाचं आकलन करून घेतलं, तर त्यात नवल ते काय! पण या शून्यतावादी दृष्टिकोनातून, या निराशावादातून, संशयखोर वृत्तीतून आणि आता काहीशा जुन्या झालेल्या 'नव्या वस्तुनिष्ठते'च्या विचारप्रणालीतून आपल्याला नव्या मानवतेकडे वाटचाल करायचा प्रयत्न करायलाच हवा. गेल्या काही वर्षांमुळे आपण निराश झालो आहोत हे नक्की; पण या वर्षांनीच आपल्याला दाखवून दिलं आहे की, जे जे मानवी आहे ते अजूनही वैध आणि चिरंतन आहे. या वर्षांनी आपल्याला दाखवलं आहे की, प्रत्येक माणूस वैयक्तिक पातळीवर कसा आहे हाच सगळ्यात महत्त्वाचा प्रश्न. कारण, शेवटी काय उरलं तर माणसं! कारण गेल्या काही वर्षांच्या सगळ्या 'घाणी'तून फक्त माणसंच जिवंत राहिली आणि त्याच वेळी छळछावण्यांचे अनुभवही माणसांनाच घ्यावे लागले (याचं उदाहरण बव्हेरियात कुठेतरी पाहायला मिळालं. तिथल्या छळछावणीचा प्रमुख, एक नाझी अधिकारी 'आपल्या' कैद्यांकरता स्वतःच्या खिशातले पैसे खर्च करून बव्हेरियन बाजारपेठेच्या गावातल्या औषधांच्या दुकानातून नेहमी गुपचूप औषधं आणत असे आणि त्याच वेळी त्याच छावणीतला एक ज्येष्ठ माणूस जो स्वतःसुद्धा कैदी होता, तो इतर कैद्यांशी अत्यंत धक्कादायक पद्धतीने गैरवर्तन करत असे आणि त्यांना त्रास

देत असे : म्हणजेच शेवटी काय, तर प्रत्येक माणूस कसा आहे, इथेच सगळं येऊन ठेपतं!) त्या त्या माणसाखेरीच काहीही नसतं. एकेका व्यक्तीकडून त्याच्या सगळ्या गोष्टी हिरावल्या गेल्या : पैसा, शक्ती, प्रसिद्धी; त्याच्याकरता काहीच शाश्वत राहिलं नाही : जीवन नाही, आरोग्य नाही किंवा आनंदही नाही; सगळ्यावरच प्रश्नचिन्ह निर्माण झालं होतं : गर्व, महत्त्वाकांक्षा, त्याची नाती. सगळं काही गेलं, निव्वळ अस्तित्व उरलं. अत्यावश्यक नसलेलं सगळं काही वेदनेतून जळून राख झालं. शेवटच्या विश्लेषणात मनुष्य जो होता केवळ तेवढाच उरला : एकतर समूहाचा एक भाग, त्यामुळे 'खराखुरा' कोणीच नाही, त्यामुळे खरोखरच कोणीच नाही, केवळ एक अनामिक. नाव नसलेली एक वस्तू (!), तो आता केवळ एक कैदी क्रमांक बनला किंवा बाकी सगळं गळून पडलेला केवळ एक 'स्व' म्हणून उरला. मग शेवटी काहीतरी एक निर्णय घ्यावा लागणार नव्हता का? आपल्याला आश्चर्य वाटण्यासारखं काहीच नाही. कारण, माणसांना ज्या उघड्यानागड्या आणि आदिम अशा 'अस्तित्वा'कडे पुन्हा एकदा पाठवलं गेलं होतं ते बाकी काही नसून तो एक 'निर्णय'च होता.

मात्र हा निर्णय घेताना माणसाला मदत उपलब्ध होती. इतरांचं अस्तित्व, इतरांचं असणं आणि खासकरून त्यांचा आदर्श असणं हा सगळ्यात महत्त्वाचा घटक होता. कोणत्याही बोलण्यापेक्षा किंवा लिखाणापेक्षा या गोष्टीमुळेच जास्त उपयोग झाला. कारण, निर्णय घेण्याच्या प्रक्रियेत अस्तित्व हे नेहमीच कोणाच्याही शब्दापेक्षा जास्त महत्त्वाचं ठरतं आणि पुस्तकं लिहिण्यापेक्षा किंवा भाषणं देण्यापेक्षा हीच गोष्ट फार महत्त्वाची आहे की नाही हे स्वतःला विचारणं नेहमीच गरजेचं होतं आणि कायमच राहील आणि ती गोष्ट म्हणजे आपल्या अस्तित्वात असण्याच्या कृतीमध्ये जे काही असतं ते आपण स्वतःच ठरवत असतो. जे काही प्रत्यक्ष करतो ते नेहमीच जास्त परिणामकारकही असतं. केवळ शब्द पुरेसे नसतात. एकदा एका स्त्रीने आत्महत्या केल्यामुळे मला तिथे बोलावण्यात आलं होतं. तिच्या कोचामागच्या भिंतीवर एक वचन फ्रेम करून लटकावलेलं होतं : 'प्राक्तनापेक्षाही त्याला खंबीरपणे पेलणाऱ्या धाडसामध्ये जास्त सामर्थ्य असतं.' आणि या व्यक्तीने त्या वचनाच्या खालीच आत्महत्या केली होती. अर्थात, असे मोजकेच लोक असतात जे इतके आदर्शवत असतात की, त्यांच्या केवळ अस्तित्वानेच ते प्रभावी ठरतात. आपल्यातल्या निराशावादाला हे माहीत असतं; पण अगदी म्हणूनच त्याच्या बरोबरीने घडणारा ऑक्टिविजम इतका महत्त्वाचा ठरतो. अगदी म्हणूनच या मोजक्या लोकांच्या खांद्यांवर मोठी जबाबदारी येऊन पडते. एक पुराणातलं मिथक असं सांगतं की, या जगाचं अस्तित्व, जगात असणाऱ्या संपूर्णपणे न्याय्य अशा ३६ लोकांवर आधारित आहे. फक्त ३६! मोजता येणार नाही इतके अल्पसंख्य आणि तरीही त्यांच्यामुळे अख्ख्या जगातली नैतिकता टिकून राहते; पण हे मिथक

इथे संपत नाही : पण ज्या क्षणी यातली एखादी न्याय्य व्यक्ती ही न्याय्य म्हणून लोकांना माहीत होते म्हणजेच तिचा मुखवटा आजूबाजूच्या परिस्थितीमुळे, बाकीच्या लोकांमुळे निघून जातो, तेव्हा ती व्यक्ती गायब होते आणि ताबडतोब जणू मृत्यू पावते. याचा अर्थ काय? आपल्याला हे अशा प्रकारे बऱ्यापैकी अचूक पद्धतीने मांडता येईल : ज्या क्षणी आपल्याला एखाद्या आदर्श व्यक्तीमध्ये इतरांना शिकवण देण्याची प्रवृत्ती दिसू लागते, त्या क्षणी आपण चिडतो. कारण, आपल्याला म्हणजेच माणसांना लहान मुलांप्रमाणे शिकवलेलं आवडत नाही.

या सगळ्यातून काय सिद्ध होतं? भूतकाळाकडून आपण काय शिकलो आहोत? दोन गोष्टी : सगळं काही वैयक्तिक, त्या त्या माणसावर अवलंबून असतं. मग ही समविचारी माणसांची संख्या कितीही वाढी का कमेना आणि दुसरी गोष्ट म्हणजे सगळं काही प्रत्येक माणसावर अवलंबून असतं, केवळ शब्दांतून नव्हे तर कृतींमधूनही आणि अशा प्रकारे प्रत्येक माणूस सर्जनशीलपणे आयुष्याचा अर्थ प्रत्यक्षात स्वतःच्या जीवनात आणत असतो म्हणूनच आपण सद्यः काळातल्या नकारात्मक प्रचाराला विरोध करायला हवा. कारण, हा 'असंबद्धतेचा', 'अर्थहीनतेचा' प्रचार आहे आणि याला दुसऱ्या प्रचारानेच विरोध करता येऊ शकतो. हा दुसरा मतप्रचार वैयक्तिक असेल आणि दुसरं म्हणजे कृतिशील असेल. मगच तो सकारात्मक बनू शकेल.

आजच्या काळात जीवनाच्या अर्थपूर्णतेचं आणि मूल्याचं समर्थन करणं शक्य असेल का आणि शक्य असेल तर कोणत्या अर्थाने आणि त्याचा गाभा काय असेल, या प्रश्नाचा आपण ऊहापोह केला; पण ज्या क्षणी आपण अस्तित्वाच्या अर्थाविषयी बोलायला लागतो, त्याच क्षणी त्यावर प्रश्नचिन्ह निर्माण होतं. जेव्हा आपण याविषयी स्पष्टपणे, उघडपणे विचारतो, तेव्हा आपण त्यावर काही ना काही प्रकारे आधीच शंका उपस्थित केलेली असते. मानवी अस्तित्वाच्या अर्थपूर्णतेविषयीची साशंकता सहज आपल्याला निराशेकडे घेऊन जाऊ शकते आणि मग आत्महत्या करण्याचा निर्णय हे या निराशेचं फलित आपल्यासमोर येतं.

जेव्हा आपण आत्महत्येबाबत बोलतो, तेव्हा आत्महत्या कराविशी वाटण्याच्या अंतःस्थ इच्छेमागच्या चार अत्यंत महत्त्वाच्या पण तितक्याच भिन्न अशा कारणांमधला भेद आपण समजून घेतला पाहिजे. पहिलं म्हणजे आत्महत्या ही एखाद्या गोष्टीचा परिणाम असू शकते; प्रामुख्याने मानसिक नव्हे, तर शारीरिक स्थितीचा परिणाम. एखाद्याच्या शारीरिक स्थितीतल्या बदलामुळे मानसिक स्थिती बदलली तर जवळपास सक्ती असल्यासारखे आत्महत्या करणारे लोक या गटात येतात. अर्थातच अशा केसेस या व्याख्यानात घेतलेल्या केसेसमधून सुरुवातीलाच वगळल्या आहेत. दुसरे असे लोक असतात, ज्यांचा आत्महत्या करण्याचा निर्णय हा आत्महत्येमुळे आजूबाजूच्या परिस्थितीवर होणाऱ्या परिणामांच्या मोजदादीवर

अवलंबून असतो : ज्या लोकांना त्यांच्याबाबतीत घडलेल्या काहीतरी कारणांमुळे कोणावर तरी सूड उगवायचा असतो आणि या सूड घेण्याच्या प्रबळ इच्छेचा परिणाम म्हणून त्या दुसऱ्या व्यक्तीला आयुष्यभर एका अपराधभावाची टोचणी व्हावी, असं त्यांना वाटत असतं. आत्महत्या केलेल्या माणसाच्या मृत्यूसाठी त्यांना कारणीभूत धरलं जाऊन अपराधी वाटावं, अशी त्यांची इच्छा असते. जेव्हा आपण जीवनाच्या अर्थपूर्णतेचा विचार करत आहोत, तेव्हा या केसेससुद्धा बाजूला ठेवल्या पाहिजेत. तिसऱ्या प्रकारचे लोक म्हणजे जे आयुष्याला कंटाळलेले असतात आणि याच थकलेपणामुळे, कंटाळलेपणामुळेच त्यांना आत्महत्या करायची असते. मात्र हा थकलेपणा ही एक भावना आहे आणि आपल्याला माहीतच आहे की 'भावना' या 'कारण' नसतात. कोणी दमलं आहे, थकलं आहे हे काही प्रवासात मध्येच थांबण्याचं कारण असू शकत नाही. उलट, असं असूनही पुढे जात राहण्यामध्ये आयुष्याचा अर्थ दडलेला आहे का आणि आपल्या थकव्यावर मात केल्यास हे आयुष्य पुन्हा मोलाचं वाटतं का यावर सगळं अवलंबून आहे. इथे, जीवनाचा अर्थ काय आणि सगळ्याचा कंटाळा आलेला असतानाही का जगत राहायचं या प्रश्नाचं उत्तर देण्याची केवळ आवश्यकता आहे. तसं पाहिलं तर जगत राहण्यासाठीचा हा काही प्रतिवाद नाही. मात्र कोणत्याही अटीशर्तींशिवायचा जीवनाचा अर्थ समजला तरच जीवन जगत राहणं शक्य होतं.

मात्र खरं तर इथे चौथ्या प्रकारच्या गटातल्या लोकांचा विचार केला आहे, ज्यांचा जीवनाच्या मूलार्थावर, आयुष्य जगत राहण्याच्या अर्थावर विश्वासच नसतो आणि त्यामुळे ते आत्महत्या करतात. या प्रेरणेने आत्महत्या करण्याला 'बॅलेन्सशीट सुइसाइड' असं म्हणतात. प्रत्येक केसमध्ये हा एका तथाकथित 'ऋण जीवन बाकी' म्हणजे 'निगेटिव्ह लाइफ बॅलेन्स'चा परिणाम असतो. अशी माणसं एक बॅलेन्सशीट म्हणजे ताळेबंद बनवतात आणि त्यांच्याकडे जे जे आहे (क्रेडिट) आणि त्यांच्याकडे जे जे असायला हवं होतं (डेबिट) यांची तुलना करतात. आयुष्याकडून आपल्याला अजून काय काय येणं बाकी आहे आणि आयुष्याकडून आणखी काय काय फायदा ते काढू शकतात, याची ते तुलना करतात आणि मग यातून जी ऋण बाकी किंवा शिल्लक राहते ती ते मोजतात, त्यावरून ते आत्महत्या करायला प्रवृत्त होतात. आता आपण हाच ताळेबंद तपासून पाहू या.

सर्वसामान्यपणे क्रेडिटच्या म्हणजे 'जमा'च्या रकान्यात सगळ्या यातना, भोग, दुःख असतं आणि डेबिट म्हणजे 'वजा'च्या रकान्यात सगळा आनंद, सुख आणि नशिबी न आलेल्या चांगल्या गोष्टी मांडलेल्या असतात; पण हा ताळेबंद मुळातच चुकलेला आहे. कारण, असं म्हणतात ना की 'आपण या जगात मौजमजा करण्यासाठी आलेलो नाहीच आहोत' आणि जे आहे ते आणि जे असायला हवं होतं ते, या दुहेरी अर्थांनी हे वाक्य सत्य आहे. ज्या व्यक्तीला स्वतःविषयी कधी

असं वाटलेलं नसेल, त्यांनी एका रशियन प्रायोगिक मानसशास्त्रज्ञाने लिहिलेलं वाचावं. त्याने म्हटलं आहे की, सर्वसामान्यपणे कोणतीही व्यक्ती आयुष्यात सुखाच्या आणि आनंदाच्या भावनांपेक्षा असमाधानाची भावना बन्याच जास्त अंशी अनुभवते. म्हणूनच सुरुवातीपासूनच केवळ सुखासाठी जगणं शक्यच होणार नाही. किंबहुना हे खरोखरच गरजेचं तरी आहे का? जीवन म्हणजे हेच का? एका अशा व्यक्तीची आपण आता कल्पना करून पाहू ज्याला मृत्यूदंडाची शिक्षा सुनावण्यात आलेली आहे. फाशी देण्यापूर्वी काही तास त्याला शेवटच्या जेवणात काय खायला आवडेल ते निवडायचं स्वातंत्र्य दिलं जातं. पहारेकरी त्याच्या कोठडीत येतो आणि त्याला काय खायला आवडेल ते विचारतो. तो त्याला विविध उत्तमोत्तम पदार्थ देऊ करतो; पण तो माणूस सगळ्याला नकारच देतो. तो स्वतःशीच विचार करतो की, आपल्या पोटात चांगलं अन्न भरण्याला काहीच अर्थ नाही आहे. कारण, काही तासांतच आपलं शरीर मृत होणार आहे आणि अशा प्रकारे त्या क्षणी मेंदूमध्ये ज्या अन्नामुळे सुखाची भावना होण्याची शक्यता आहे, तीही दोन तासांत त्याचा जीव नष्ट होण्याच्या वस्तुस्थितीमुळे निरर्थक ठरते.

पण आपलं संपूर्ण जीवन मृत्यूसमोरच तर उभं ठाकलेलं असतं आणि जर हा माणूस म्हणतो ते बरोबर असतं, जर बाकी कशाच्या मागे न जाता केवळ सुखासाठी – जास्तीत जास्त आणि सर्वोत्तम सुखासाठी – आपण प्रयत्न करत राहिलो, तर मग आपलं संपूर्ण जीवनच निरर्थक ठरेल. कारण, निव्वळ सुख हे आपल्या अस्तित्वाला अर्थ देऊ शकत नाही म्हणूनच सुखाचा अभाव हा जीवनातली अर्थपूर्णता काढूनही घेऊ शकत नाही, हे उघड असल्याचं आपल्या लक्षात आलं आहे.

एका माणसाने आत्महत्येचा प्रयत्न केला आणि त्याला वाचवण्यात आलं. त्याने एक दिवस मला सांगितलं की, त्याला स्वतःच्या डोक्यात गोळी झाडायची होती आणि त्यासाठी त्याला गावाबाहेर जायचं होतं. संध्याकाळी उशिराची वेळ होती आणि त्यामुळे ट्रॅम्स बंद होत्या, त्यामुळे त्याला टॅक्सीनेच जाणं भाग पडलं आणि त्याच्या मनात आलं की, टॅक्सीवर एवढे पैसे कशाला वाया घालवायचे. शेवटी तो स्वतःशीच हसला की, मृत्यूच्या काही वेळ आधी त्याला याची रुखरुख कशी काय वाटू शकते. कारण, आत्महत्या करायचा निर्णय घेतलेल्या त्या माणसाला मृत्यूच्या दारात असा कंजूषपणा करणं निरर्थक वाटलं असणार. आयुष्यातल्या आनंदावर हक्क सांगणाऱ्या माणसांना कशी निराशा वाटते, ते रवींद्रनाथ टागोरांनी या कवितेत इतक्या सुंदर पद्धतीने मांडलं आहे. ते म्हणतात :

मी झोपलो आणि स्वप्न पाहिलं
की जीवन म्हणजे आनंद आहे.
मी उठलो आणि पाहिलं

की जीवन म्हणजे कर्तव्य आहे.
मी काम केलं – आणि पाहा,
कर्तव्य म्हणजेच आनंद होता.

आपल्या पुढील विचारविनिमयाची दिशा कोणती असेल ते आपण यातून दर्शवतो आहोत.

तर आयुष्य हे कर्तव्य आहे, एकच मोठी नैतिक जबाबदारी आणि जीवनात आनंदही अर्थातच आहे; पण त्याचा पाठलाग करता येत नाही. आपल्या इच्छेनुसार आनंद आपल्याकडे येऊ शकत नाही, तर उलट तो उत्स्फूर्तपणेच निर्माण झाला पाहिजे आणि खरं तर तो उत्स्फूर्तपणेच मिळतो, अचानक होणाऱ्या एखाद्या परिणामासारखा : आनंद हे कधीच आपलं ध्येय नसलं पाहिजे आणि नसू शकतं. तो केवळ एक परिणाम असू शकतो. टागोरांच्या कवितेत सांगितलेल्या कर्तव्याचा म्हणजेच एका परिपूर्तीचा परिणाम. याबद्दल आपण नंतर अधिक तपशिलात पाहू. काहीही असो, या अर्थी आनंदासाठीचे सर्व मानवी प्रयत्न हे असफल होणार. कारण, चांगलं नशीब हे एखाद्याला आपोआप मिळतं, त्याचा पाठलाग करून ते कधीच मिळत नाही. किर्केगार्डने आपल्याला एक बोधकथा सांगितली आहे की, आनंदाचं द्वार नेहमीच 'बाहेरच्या' बाजूला उघडतं म्हणजेच जो माणूस आनंदाचं द्वार 'आतल्या' बाजूला उघडायचा प्रयत्न करतो, बरोबर त्याच्या तोंडावरच ते दार बंद होतं.

मला एकदा जीवनाला कंटाळलेले दोन लोक – एक पुरुष आणि एक स्त्री – चक्क एकाच वेळी भेटले. आमच्या आयुष्याला काहीही अर्थ नाही, आता आम्ही 'आयुष्याकडून काहीही अपेक्षा ठेवलेल्या नाहीत' असं त्या दोघांचंही म्हणणं होतं आणि त्यावर त्यांचं अगदी एकमत होतं. का कुणास ठाऊक; पण दोघांचंही म्हणणं बरोबर वाटत होतं. उलट काहीच वेळात असं बाहेर आलं की, आयुष्यात काहीतरी गोष्ट दोघांचीही वाट बघत होती : त्या गृहस्थाचं एक वैज्ञानिक काम अर्धवट राहिलेलं होतं आणि त्या स्त्रीचं मूल लांबच्या दुसऱ्या देशात तिच्यापासून दूर राहत होतं. या ठिकाणी आपण कान्ट म्हणतो तसं 'कोपर्निकन रिव्होल्यूशन' करणं उपयोगाचं ठरेल म्हणजेच १८० अंशाने फिरून याच संकल्पनेकडे पाहिलं तर मग हा प्रश्न उरणारच नाही : *मी आयुष्याकडून काय अपेक्षा करू?* उलट आता एकच प्रश्न असेल : *जीवन माझ्याकडून काय अपेक्षा करत आहे?* जीवनात कोणतं काम माझी वाट बघत आहे?

आता आपल्याला हेही समजतं की, अंतिम विश्लेषणात जीवनाच्या अर्थपूर्णतेविषयीचा प्रश्न कसा योग्य प्रकारे विचारलेला नाही. जर तो सर्वसामान्यपणे विचारला जातो तशा प्रकारे विचारला तर : जीवनाचा अर्थ काय असं विचारायची

परवानगी असणारे आपण नव्हे, तर प्रश्न विचारणारं जीवन असतं. जीवन आपल्याला प्रश्न विचारतं; प्रश्न विचारले जाणारे आपण असतो! आपण उत्तरं द्यायला हवीत, जीवन सातत्याने, दर तासाला प्रश्न उपस्थित करतं, त्या अत्यावश्यक अशा 'जीवन प्रश्नां'ना आपण उत्तर दिलंच पाहिजे. जगणं म्हणजे दुसरं–तिसरं काही नसून प्रश्न विचारलं जाणंच आहे. आपलं अस्तित्व, आपलं असणं म्हणजे दुसरं–तिसरं काही नसून जीवनाला प्रतिसाद देणं आणि जीवनाप्रती जबाबदारीने वागणं होय. असा मानसिक दृष्टिकोन ठेवल्यास मग आपल्याला भविष्याची, निरर्थकतेच्या भावनेची, कशाचीच भीती वाटू शकत नाही. कारण, आता वर्तमान हेच सगळं काही असतं. कारण, त्यातच जीवनाचा आपल्यासाठी असलेला नित्यनवा प्रश्न दडलेला असतो. आपल्याकडून काय अपेक्षित आहे, यावरच आता सगळं अवलंबून असतं. भविष्यात आपल्यासाठी काय दडलेलं आहे हे आपल्याला तसंही समजू शकत नाही; पण आता ते समजून घेण्याची गरजच उरत नाही. खूप वर्षांपूर्वी एका वृत्तपत्राच्या लहानशा लेखात आलेली एक गोष्ट मी या संदर्भात नेहमी सांगतो. जन्मठेपेची शिक्षा झालेल्या एका कृष्णवर्णीय मनुष्याला 'डेव्हिल्स आयलंड'वर हद्दपार करण्यात आलं होतं. त्यांचं जहाज, *लेव्हिएथन*, जेव्हा खोल समुद्रात गेलं, तेव्हा त्यावर आग लागली. या आपत्तीसदृश परिस्थितीमुळे या कैद्याला बेड्यांतून मोकळं केलं गेलं आणि त्यानेही लोकांना वाचवण्याच्या कामात मदत केली. त्याने दहा जणांचा जीव वाचवला. त्याचा परिणाम म्हणून नंतर त्याची शिक्षा रद्द करण्यात आली. मी तुम्हाला विचारतो : जहाजावर चढण्यापूर्वी किंवा अगदी मार्सेय बंदराच्या धक्क्यावर या मनुष्याला कोणी विचारलं असतं की, त्याला जगत राहण्यात काही अर्थ वाटतो का, तर त्याने मान नकारार्थीच हलवली असती. कारण, भविष्यात काय त्याची वाट पाहत असणार होतं? पण कोणती गोष्ट आपली वाट बघत असते हे आपल्यापैकी कोणालाच माहीत नसतं. कोणता मोठा क्षण, कोणती संधी ज्यात आपल्याला असामान्य अशी काहीतरी कृती करता येते, जसं त्या कृष्णवर्णीय मनुष्याने *लेव्हिएथनवर* दहा लोकांचे प्राण वाचवले.

आयुष्य आपल्याला प्रश्न विचारतं आणि उत्तर देताना आपल्याला त्या वर्तमानातल्या क्षणाचा अर्थ उमजू शकतो, ही गोष्ट दर तासाला तर बदलतेच; पण प्रत्येक व्यक्तीगणिकही बदलते : *प्रत्येक व्यक्तीसाठी दर क्षणाला आयुष्याने समोर ठेवलेला प्रश्न वेगवेगळा असतो.*

म्हणूनच जीवनाच्या अर्थपूर्णतेचा प्रश्न आत्ताचा, इथला विशिष्ट संदर्भ न घेता विचारला, तर तो इतका ढोबळ असेल की, त्याला अर्थ नाही. अशा प्रकारे 'जीवनाच्या अर्थाविषयी' प्रश्न विचारणं हे किती भाबडेपणाचं आहे हे आपल्याला समजू शकतं. अगदी जसं, एखाद्या पत्रकाराने एखाद्या महान बुद्धिबळपटूला विचारावं, 'आता मला कृपया सांगा : तुमच्या मते बुद्धिबळातील कोणती खेळी सगळ्यात

चांगली आहे?' एखाद्या विशिष्ट डावात, बुद्धिबळातल्या मोहऱ्यांची विशिष्ट अशी परिस्थिती निर्माण झाली तरच आणि तेवढ्यापुरतीच एखादी चांगली किंवा सर्वोत्तम खेळी सांगता येऊ शकेल. नाहीतर ते कसं शक्य आहे?

बऱ्याच वर्षांपूर्वी जीवनाच्या अर्थपूर्णतेविषयी मी कुठेतरी एक सेमिनार देणार होतो, तेव्हा मला भेटलेला एक तरुणही इतकाच भोळाभाबडा होता. तो मला असं काहीसं म्हणाला : 'हाय फ्रँकल, रागावू नकोस; पण मला आज रात्री माझ्या भावी सासू-सासऱ्यांनी घरी बोलावलं आहे. मला जावंच लागेल, त्यामुळे तुझ्या व्याख्यानासाठी थांबता येणार नाही, तर प्लीज, मला पटकन सांग ना, जीवनाचा अर्थ काय आहे ते?'

आपल्यासाठी आयुष्यात जे काही वाढून ठेवलेलं आहे, हे जे काही प्रत्येक 'तासाचं आव्हान' आहे, ते वेगवेगळ्या अर्थाने आपल्याकडून उत्तर मागू शकतं. पहिली गोष्ट म्हणजे आपलं उत्तर हे एखादी कृती असू शकतं म्हणजे जीवनाच्या एखाद्या प्रश्नाचं उत्तर देण्यासाठी आपण काहीतरी काम पूर्ण करतो किंवा काहीतरी नवीन निर्माण करतो; पण इथेही आपल्याला काही गोष्टी लक्षात घ्यायला हव्या. मी आत्ता जे काही म्हणतोय त्याचा अर्थ नीट समजण्यासाठी या एका विशिष्ट अनुभवाचं उदाहरण मी कथन करतो : एक दिवस एक तरुण माझ्या समोर बसला होता. जीवनाची अर्थपूर्णता किंवा निरर्थकता हा प्रश्न त्याने मला विचारला. त्याचा युक्तिवाद असा होता : 'तुम्हाला बोलणं सोपं आहे. तुम्ही समुपदेशन केंद्रं उभारली आहेत, लोकांना मदत करता, लोकांच्या अडचणी सोडवता, मी कोण आहे, मी काय आहे, तर केवळ एका शिंप्याचा मदतनीस. मी काय करू? माझ्या कृतीतून जीवन अर्थपूर्ण कसं बनवू?' एखादा मनुष्य आयुष्यात कुठे आहे, त्याचा व्यवसाय काय याने काहीही फरक पडत नाही, हे हा मनुष्य विसरून गेला होता. तो त्याच्या जीवनाचं वर्तुळ कशा प्रकारे भरून काढतो आणि त्याच्या जागी राहून काय करतो हेच फक्त महत्त्वाचं असतं. एखाद्याची कृती करण्याची कक्षा किती मोठी आहे, यावर जीवनाची परिपूर्ती अवलंबून नसते, तर ते वर्तुळ तो मनुष्य पूर्णपणे भरून काढतो आहे की नाही हेच महत्त्वाचं असतं.

जीवनाच्या या विशिष्ट पर्यावरणात कोणत्याही व्यक्तीची जागा दुसरी व्यक्ती घेऊ शकत नाही किंवा कोणत्याही व्यक्तीची दुसरी व्यक्ती नक्कल करू शकत नाही आणि हे सत्य सर्वांनाच लागू होतं. कोणाचंही आयुष्य जे काम त्याच्यापुढे ठेवेल, ते फक्त त्याच्याकरताच असेल आणि केवळ त्यानेच त्याची परिपूर्ती करायची असते. जर एखाद्याने आयुष्यात त्याच्या लहानशा कक्षेत येणारं काम व्यवस्थित पूर्ण केलं असेल आणि (त्यापेक्षा) मोठं जीवनवर्तुळ असणाऱ्याने त्याचं मोठं वर्तुळ पूर्ण होईल इतकं काम केलं नसेल तर त्याचं जीवन हे कमी परिपूर्ण ठरतं. त्याच्या विशिष्ट पर्यावरणात हा शिंप्याचा मदतनीस बरंच काही साध्य करू शकतो आणि तो ज्या

काही कृती करेल किंवा करणार नाही त्याने तो खूप अर्थपूर्ण आयुष्य जगू शकतो. उलट त्याला ज्या व्यक्तीचा हेवा वाटतो, त्या व्यक्तीला जर त्याच्या जीवनातल्या मोठ्या जबाबदारीचं भान नसेल आणि तो त्याला न्याय देत नसेल तर त्याचं आयुष्य या मदतनिसाइतकं अर्थपूर्ण नसेल.

'मग, बेरोजगार लोकांचं काय,' असा मुद्दा आता तुम्ही उपस्थित करू शकता. मात्र तुमचं या गोष्टीकडे दुर्लक्ष झालेलं असेल की, काम हे काही एकमेव क्षेत्र नाही, ज्यात आपण आपल्या आयुष्याला सक्रियपणे अर्थ देऊ शकतो. केवळ कामच आपल्या आयुष्याला अर्थपूर्ण बनवतं का? कितीतरी लोक आपल्याकडे तक्रार करत असतात (आणि त्याला कारणंही तशीच असतात) की, त्यांचं काम (बऱ्याचदा यांत्रिक) अगदाच निरर्थक आहे. फक्त गुणातीन अगणित आकडेमोड करत बसायची, तर काही वेळा कधीच न संपणाऱ्या उत्पादनाच्या लाइनवरच्या एखाद्या यंत्राचे खटके दाबत-ओढत बसायचं. हे लोक त्यांना मिळणाऱ्या तुटपुंज्या मोकळ्या वेळातच त्यांच्या वैयक्तिक गोष्टींनी त्यांच्या आयुष्याला अर्थ देऊ शकतात. दुसरीकडे हवा तेवढा मोकळा वेळ असलेला एखादा बेरोजगार मनुष्यही त्याच्या जीवनाला अर्थपूर्ण बनवू शकतो. अर्थव्यवस्थेचा कठीण काळ आणि आर्थिकदृष्ट्या वाईट परिस्थिती किंवा त्या संदर्भातले समाजशास्त्रीय आणि आर्थिक घटक यांना कमी लेखण्याइतके आपण फालतू आहोत, असं कोणीही मानू नये. यापूर्वी कधीही नव्हतं इतकं आज आपल्याला माहीत आहे की 'ग्रब फर्स्ट, देन एथिक्स'[२] (पहिले जिवंत राहणं महत्त्वाचं, मग नैतिकता) हा विचार आपल्याला कुठंवर नेऊ शकतो? आता आपल्या मनात याविषयी कोणतेही भ्रम नाहीत; पण आपल्याला माहीत आहे की, कोणत्याही नैतिकतेशिवाय नुसतं 'अधाशीपणे चरत सुटणं' किती निरर्थक असतं आणि केवळ उपभोग एके उपभोग घेणाऱ्या कोणत्याही माणसासाठी ही निरर्थकता किती भयंकर असू शकते आणि शेवटी 'नैतिकता' किती महत्त्वाची असते ते आपल्याला माहीत आहे : जीवनाच्या बिनशर्त अर्थावर असलेला अढळ विश्वास, हाच या ना त्या प्रकारे आपलं आयुष्य सुसह्य बनवत असतो. कारण, आपण हे वास्तव अनुभवलं आहे की, जर उपासमारीमागे काही उद्देश किंवा अर्थ असेल, तर माणसांची उपासमार सहन करण्याचीही तयारी असते.

जर एखाद्याकडे नैतिकता नसेल, तर उपासमार सहन करणं किती कठीण असतं हे तर आपण आपल्या डोळ्यांनी पाहिलं आहेच; पण त्याचबरोबर आपण एखाद्याची उपासमार होऊ देत असू, तर त्याच्याकडून नैतिकतेची अपेक्षा करणं किती अवघड असतं हेही आपण पाहिलं आहे. एकदा एका पौगंडावस्थेतील मुलाचा मानसशास्त्रीय अहवाल मला न्यायालयाला द्यायचा होता. त्या मुलाने एका अत्यंत हताश आणि कठीण अशा परिस्थितीत पावाचा लोफ चोरला होता.

---

२   बर्टोल्ट ब्रेश्ट (कर्ट वेइलसोबत), द श्रीपेनी ऑपेरा, १९२८.

संबंधित न्यायालयाने एक नेमका प्रश्न विचारला होता की, हा मुलगा कोणत्याही प्रकारे 'कनिष्ठ' किंवा 'इन्फिरियर' होता की नाही. माझ्या रिपोर्टमध्ये मला हे कबूल करावं लागलं की, या मुलामध्ये मानसशास्त्रीय दृष्टिकोनातून काहीही कमी नव्हती; पण त्याच वेळी मी हेही समजावलं की, त्या विशिष्ट परिस्थितीत त्याला टोकाच्या भुकेपोटी निर्माण झालेला मोह टाळण्यासाठी 'श्रेष्ठ' असावं लागलं असतं.

तर केवळ आपल्या कृतीतूनच आपण आपल्या आयुष्याला अर्थ देऊ शकतो असं नाही, जोवर आयुष्याने समोर ठेवलेले विशिष्ट प्रश्न आपण जबाबदारीने सोडवू शकतो. केवळ कृतिशील घटक म्हणून आपण अस्तित्वाच्या मागण्या पूर्ण करू शकतो असं नाही, तर इतरांवर प्रेम करणारं माणूस म्हणूनही तसं करू शकतो : जे जे सुंदर, महान आणि चांगलं आहे, त्यावर आपण निष्ठेने प्रेम करून असं करू शकतो. सौंदर्याच्या अनुभवातूनही आपण जीवनाला कसं आणि का अर्थपूर्ण बनवू शकतो, हे एखाद्या घासून गुळगुळीत झालेल्या विधानातून तुम्हाला अधिक नीट समजावून सांगण्याचा प्रयत्न मी करू का? मला एक वैचारिक प्रयोग इथे सांगावासा वाटतो : तुम्ही एका मैफिलीसाठी सभागृहात बसलेले आहात, अशी कल्पना करा. तुम्ही तुमची आवडती सिंफनी ऐकत आहात आणि त्या सिंफनीतले तुमचे आवडते बार तुमच्या कानात तुम्हाला पुन्हा पुन्हा ऐकू येत आहेत. त्या संगीताने तुम्ही इतके हेलावला आहात की, तुमच्या अंगावर रोमांच उठले आहेत आणि आता अशी कल्पना करा की, (जे मानसशास्त्रीयदृष्टच्या खरं तर अशक्य आहे) कोणी तरी तुम्हाला त्या क्षणी विचारतं की, तुमच्या आयुष्याला अर्थ आहे का? या केसमध्ये जर मी जाहीर केलं की, तुम्ही केवळ एकच उत्तर देऊ शकाल आणि ते असं काहीसं असेल : 'केवळ या एका क्षणासाठी जगण्याचं सार्थक झालं असतं!' मला वाटतं तुम्हाला माझं हे म्हणणं पटेल.

जे लोक कलांचा नव्हे, तर निसर्गाचा अनुभव घेतात, त्यांचंही उत्तर काहीसं असंच असेल आणि जे लोक इतर माणसांचा अनुभव घेतात, त्यांचंही तसंच असेल. एखाद्या विशिष्ट व्यक्तीच्या सहवासात असताना आपल्याला जी भावना जाणवते, त्याचा अनुभव प्रत्येकानेच घेतला असेल, ती साधारणतः अशी काहीशी असते : या जगात ही व्यक्ती आहे आणि त्या एका व्यक्तीच्या केवळ अस्तित्वामुळेच हे जग आणि त्या जगातलं आपलं आयुष्य अर्थपूर्ण झालं आहे.

आपण आपल्या कृतींमधून आयुष्याला अर्थपूर्ण बनवतो; पण त्याचबरोबर प्रेम करण्यातून आणि शेवटी दुःखातून, भोगातूनसुद्धा आपण त्याला अर्थपूर्ण बनवत असतो. कारण, कृती आणि प्रेम करण्याची आपली क्षमता यांवर परिणाम करणाऱ्या शक्यतांच्या मर्यादांना माणसं कसं तोंड देतात, या मर्यादा असताना माणसं कशी वागतात, या मर्यादांमध्ये ते त्यांच्या यातना आणि भोग कसे स्वीकारतात, अशा सर्व परिस्थितीमध्येही माणसं मानवीमूल्यांची परिपूर्ती करायला सक्षम असतात.

तर आपण आपल्या आयुष्यातल्या कठीण प्रसंगांना, अडचणींना कसं सामोरं जातो, यातूनच आपण खरे कसे आहोत ते समजतं आणि यामुळेही आपल्याला अर्थपूर्ण आयुष्य जगण्याचं बळ मिळतं. केवळ मनुष्यप्राण्यांना लाभलेली खिलाडूवृत्ती विसरून तर चालणारच नाही! खेळाडू असंच तर करतात. ते स्वतःसाठी नवनवीन कठीण आव्हानं निर्माण करतात म्हणजेच त्यावर मात करण्यातून त्यांची स्वतःची वाढ होऊ शकते. सामान्यतः मात्र स्वतःसाठी काहीतरी कठीण परिस्थिती निर्माण करणं हे काही बरं नव्हे. सामान्यतः जर नशिबानेच काहीतरी दुर्दैवी घटना घडवून आणली, तर त्याच्या भोगातून आयुष्याला अर्थपूर्णता लाभू शकते म्हणजेच ही दुर्दैवी घटना अटळ आणि अपरिहार्य असेल तर.

नशिबाला किंवा दुसऱ्या शब्दात म्हणजे आपल्या बाबतीत जे घडतं त्याला या ना त्या प्रकारे नक्कीच आकार देता येऊ शकतो. ग्यॉथ म्हणाला तसं, *अशी कोणतीच कठीण परिस्थिती नाही, जिला काहीतरी साध्य करण्यातून किंवा सहनशक्तीतून महान बनवता येणार नाही.*[३] एकतर जर शक्य असेल तर आपण आपलं नशीब बदलायचं, नाहीतर गरज पडल्यास ते मनापासून स्वीकारायचं. दोन्ही वेळी, अशा प्रकारच्या दुर्दैवी घटनांतून आपल्याला फक्त आणि फक्त आपली अंतःस्थ वाढ होताना अनुभवायला मिळते. होल्डरलिनने[४] जे लिहून ठेवलं त्याचा अर्थही आता आपल्याला समजू शकतो : 'मी जर माझ्या दुर्दैवावर उभा राहिलो, तर मी अधिक उंच होतो.'

जेव्हा लोक त्यांच्या दुर्दैवाबद्दल तक्रार करतात किंवा त्यांच्या नशिबाला दोष देतात, तेव्हा ते आता आपल्याला किती दिशाभूल झालेले भासतात. आपल्या नशिबाशिवाय आपलं काय झालं असतं? नशिबाच्या हातोडीचे घाव खाल्ल्याशिवाय आणि नशिबाच्या आगीतून तावूनसुलाखून निघाल्याशिवाय आपल्या अस्तित्वाला आकार कसा आला असता? जे लोक नशिबाविरुद्ध म्हणजेच अपरिहार्य परिस्थितीविरुद्ध आणि जी परिस्थिती ते *कोणत्याही प्रकारे बदलू शकत नाहीत,* त्याविरुद्ध बंड करतात, त्यांना नशिबाचा अर्थच समजलेला नसतो. आपल्या संपूर्ण जीवनाचा नशीब हा अविभाज्य भाग आहे आणि आपल्या अस्तित्वाची जडणघडण आणि या जीवनाची समग्रता नष्ट न करता, या संपूर्णतेतून नशिबाचा एक लहानसा तुकडाही तोडून वेगळा करता येणार नाही.

तर नशीब किंवा प्राक्तन आणि भोग हे आपल्या जीवनाचे भाग आहेत म्हणूनच जर आयुष्य अर्थपूर्ण असेल, तर भोग आणि यातनांनासुद्धा अर्थ असणारच. परिणामी, भोग जेव्हा आवश्यक आणि अटळ असतात, तेव्हा त्यातही

---

३ योहान वॉल्फगांग फॉन ग्यॉथ (१७४९-१८३२) जर्मन लेखक, शास्त्रज्ञ आणि राजकारणी.
४ फ्रीडरिश होल्डरलिन (१७७०-१८४३) जर्मन रोमँटिक कवी आणि तत्त्वज्ञ.

अर्थपूर्णतेच्या शक्यता दडलेल्या असतात. ही गोष्ट खरं तर वैश्विक पातळीवर ओळखली गेलेली आणि मान्य केली गेलेली आहे. बऱ्याच वर्षांपूर्वी आपल्यापर्यंत अशी बातमी आली होती की, 'इंग्लिश बॉय स्काउट ऑर्गनायझेशन'ने तीन मुलांना त्यांच्या सर्वोत्तम कामगिरीसाठी पुरस्कार दिले होते. हे पुरस्कार कोणाला मिळाले? तर असाध्य आजारामुळे मृत्यूच्या दारात असतानाही आपल्या नशिबाला धीराने आणि मोठेपणाने तोंड देणाऱ्या रुग्णालयात असलेल्या तीन मुलांना ते मिळाले. खरोखरच नशिबाने मिळालेल्या यातना हे काहीतरी साध्य करणंच असतं आणि ती सगळ्यात मोठी कामगिरी असते, याचीच ही पोचपावती म्हणावी लागेल. आधी नमूद केलेल्या ग्यॉथच्या विधानातला दुसरा पर्याय हा नीट तपासला असता, आता तितकासा खरा वाटत नाही : अंतिम विश्लेषणात, काहीतरी साध्य करणं किंवा सहनशक्तीचा प्रश्न नसून, खरंतर काही वेळा सहन करणं हेच सगळ्यात मोठं साध्य करणं ठरतं.

खऱ्याखुऱ्या यातनांमध्ये काहीतरी साध्य करण्याचं सार हे माझ्या मते रिल्कं'च्या शब्दांमधून सगळ्यात चांगल्या प्रकारे व्यक्त झालं आहे. तो एकदा ओरडून म्हणाला... 'How much we must suffer through!' म्हणजेच 'आपण किती यातना भोगायच्या!' जर्मन भाषेत केवळ 'work through' म्हणजे 'कशातून तरी मार्ग काढणं' असा शब्दप्रयोग वापरतात. मात्र आपल्या जीवनात आपण जे काही अर्थपूर्ण साध्य करतो, त्याची परिपूर्ती काम करून जितकी होऊ शकते, किमान तितकीच तरी यातनांमधूनही होऊ शकते.

काही का असेना, जीवनाला अर्थपूर्ण बनवण्यासाठी, त्या त्या वर्तमान क्षणाला अर्थ देण्यासाठी एका वेळी एकच पर्याय असू शकतो, त्यामुळे कोणत्याही वेळी आपल्याला जीवनाला काय 'उत्तर' द्यायचं आहे, याचा फक्त एकच निर्णय घ्यायचा असतो. मात्र प्रत्येक वेळी जीवन आपल्यासमोर अगदी विशिष्ट असे एक एक वेगवेगळे प्रश्न ठेवत असतं. या सगळ्यावरून हेच दिसून येतं की, जीवन आपल्यासमोर अर्थपूर्णतेची परिपूर्ती करायची शक्यता खुली करत असतं म्हणूनच जीवनाला अर्थ आहे ही शक्यता नेहमीच आपल्या समोर असते. कोणी असंही म्हणू शकतं की, आपलं मानवी अस्तित्व 'आपल्या शेवटच्या श्वासापर्यंत' अर्थपूर्ण बनवता येऊ शकतं. जोपर्यंत आपण जिवंत आहोत, जोपर्यंत आपण 'जागृत' आहोत, तोपर्यंत जीवनाने समोर ठेवलेल्या प्रश्नांना उत्तर देणं ही आपली जबाबदारी आहे. जर आपण माणूस असण्याचं महान मूलभूत सत्य आठवलं, तर याचं आपल्याला आश्चर्य वाटायला नको. ते सत्य म्हणजे : माणूस असणं म्हणजे काय, तर 'जागृत' असणं आणि जबाबदार असणं!

---

५   रायनर मारिया रिल्कं (१८७५-१९२६) ऑस्ट्रियन-बोहेमियन कवी.

जर जीवनाला नेहमीच शक्यतांच्या अनुषंगाने अर्थ असेल, जर या संभवनीय, सतत बदलणाऱ्या अर्थाने ते दर क्षणाला व्यापणं आपल्यावर अवलंबून असेल, या अर्थाला सत्यात उतरवणं ही संपूर्णपणे आपली जबाबदारी आणि आपला निर्णय असेल, तर मग आपल्याला एक गोष्ट नक्की समजते : एक गोष्ट जी नक्कीच मूर्खपणाची आहे आणि जिला काहीही अर्थ नाही, ती म्हणजे आपलं आयुष्य संपवणं. आत्महत्या ही कोणत्याही प्रश्नाचं उत्तर असू शकत नाही. आत्महत्या कधीही कोणती समस्या सोडवू शकत नाही.

सुरुवातीला, अस्तित्वात असलेल्या माणसाची स्थिती दाखवण्यासाठी, त्याला सतत जीवनाच्या प्रश्नांना कसं सामोरं जावं लागतं हे दाखवण्यासाठी आम्हाला बुद्धिबळाच्या खेळाचं रूपक वापरावं लागायचं. 'बुद्धिबळातल्या सर्वोत्तम खेळी'चं उदाहरण देऊन आम्हाला हे दाखवायचं होतं की, जीवनाचा प्रश्न हा एक प्रत्यक्ष, ठोस, विशिष्ट प्रश्न आहे असाच विचार करा : एकच प्रश्न जो एकाच व्यक्तीशी आणि एकाच परिस्थितीशी निगडित आहे, एकाच विशिष्ट व्यक्तीशी आणि एकाच विशिष्ट क्षणाशी निगडित आहे, 'इथे आणि आत्ता' या क्षणाचा प्रश्न. पुन्हा एकदा आपण बुद्धिबळाच्या खेळाचं रूपक वापरू. कारण, आता आम्हाला दाखवून द्यायचं आहे की, आत्महत्या करून जीवनातल्या समस्या 'सोडवायचा' प्रयत्न करणं हे पूर्णपणे विचित्र आहे.

एक क्षणभर कल्पना करून पाहा : एका बुद्धिबळपटूसमोर बुद्धिबळातली काहीतरी समस्या आहे आणि त्यावर त्याला उपाय सापडत नाही आहे, तर तो काय करेल? तो सगळा डाव उधळून लावेल. हा त्याच्या बुद्धिबळातल्या समस्येवरचा उपाय आहे का? खचितच नाही.

पण आत्महत्या करणारा अगदी असाच वागतो : एखादा मनुष्य आत्महत्या करतो. या कृतीमागे त्याचा विचार असतो की, तसं केल्याने त्याला जीवनातल्या एखाद्या न सुटणाऱ्या समस्येवरचा उपायच मिळाला आहे; पण त्याला हे समजत नाही की, असं केल्याने तो जीवनाचे नियमच मोडत आहे, अगदी जसं आपल्या रूपकातल्या त्या बुद्धिबळपटूने खेळाच्या नियमांकडे दुर्लक्ष केलं. कारण, खरं तर एखादा वजीर हलवून किंवा कासलिंग करून किंवा आणखी कोणतीतरी साधी खेळी करून समस्या सोडवता आली असती. तो जसं वागला तसं वागणं हे नक्कीच त्यावरचं उत्तर नव्हतं. *आता, आत्महत्या करणारासुद्धा असाच जीवनाचे नियम मोडीत काढत असतो. आपण कोणत्याही परिस्थितीत जिंकलंच पाहिजे, अशी काही या नियमांची अट नसते; पण आपण कधीही लढणं थांबवता कामा नये, अशी मागणी मात्र ते नक्कीच करतात.*

कदाचित, कोणीतरी आता आक्षेप घेईल की, 'आत्महत्या हे वागणं विवेकाच्या विरुद्ध जातं हे मान्य आहे; पण प्रत्येक माणसाचा शेवटी मृत्यू होतो हे

अटळ आहे आणि त्या मृत्यूच्या समोर जीवनच निरर्थक ठरत नाही का? काहीच चिरकाल टिकून राहत नसल्याने, मृत्यू आपल्या सगळ्या प्रयत्नांना पहिल्यापासून निरर्थक बनवत नाही का?' या आक्षेपावरचं उत्तर शोधायचा प्रयत्न करण्यासाठी उलटा प्रश्न स्वतःलाच विचारून पाहू या की, 'जर आपण अमर असतो तर काय?' आणि आपण हे उत्तर देऊ शकतो : जर आपण अमर असतो तर आपण खरोखर सगळ्याच गोष्टी पुढे ढकलू शकतो असतो. कारण, आपण एखादी गोष्ट आत्ता या क्षणी केली काय, उद्या केली काय, परवा केली काय किंवा एक वर्षाने किंवा दहा वर्षांनी केली काय, काहीच फरक पडणार नाही. मृत्यू म्हणजेच कोणत्याही शेवटाची टांगती तलवार आपल्यावर नसेल, तसंच शक्यतांच्या मर्यादाही नसतील, त्यामुळे एखादी गोष्ट आत्ता लगेच करण्याचं किंवा एखाद्या अनुभवाला शरण जायचं काहीच कारण आपल्यासमोर उरणार नाही. आपल्याकडे वेळ असेल, अनंत काळ असेल.

उलट, आपण मर्त्य आहोत, आपली आयुष्यं मर्यादित आहेत, आपल्याकडे मर्यादित वेळ आहे आणि आपल्या शक्यतांनाही मर्यादा आहेत ही वस्तुस्थिती आहे. केवळ ही वस्तुस्थिती एखादी शक्यता आजमावून बघणं, ती वास्तवात उतरवणं, तिची पूर्तता करणं आणि आपला वेळ वापरून तो सत्कारणी लावणं, अशा कोणत्याही कृतीला अर्थ प्राप्त करून देते. मृत्यू असं करण्याची आपल्यावर सक्ती करतो म्हणून मृत्यूच्या पार्श्वभूमीवरच आपल्या जिवंत असण्याची कृती ही एक जबाबदारी बनते.

आपण जर सगळीकडे या दृष्टिकोनातून पाहिलं, तर मूलतः एखाद्याचं आयुष्य किती आहे, याला आपल्यालेखी महत्त्व उरत नाही, असंच सिद्ध होऊ शकेल. एखाद्याचं दीर्घायुष्य आपोआप अर्थपूर्ण बनत नाही आणि एखाद्याचं अल्पायुषी असणं मुळीच निरर्थक बनत नाही. एखाद्याचा जीवनेतिहास सांगणाऱ्या पुस्तकाची पानं किती आहेत हे पाहून आपण त्याचं परीक्षण करत नाही, तर केवळ त्यातल्या आशयाची समृद्धता पाहूनच ते ठरवतो.

आणि या प्रसंगी आपण आणखी एका प्रश्नाला सामोरं गेलं पाहिजे : जर एखाद्या मनुष्याने अपत्य पैदा केलं नसेल, तर केवळ त्या एका गोष्टीमुळे त्याचं आयुष्य निरर्थक होईल की नाही. आपण असं उत्तर देऊ शकतो : एक तर एखाद्या आयुष्याला, एखाद्याच्या वैयक्तिक आयुष्याला अर्थ असतो आणि जरी त्याने पुनरुत्पादन केलं नाही म्हणजेच या फारच भ्रामक म्हणता येईल, अशा जीवशास्त्रीय 'अमरत्वा'मध्ये भाग घेतला नाही, तरी त्याच्या आयुष्याचा अर्थ टिकून राहीलच. याउलट जर एखाद्या जीवनाला, एखाद्या व्यक्तीच्या जीवनाला अर्थ नसेल, तर केवळ स्वतःचं जीवन 'अमर' करायच्या हेतूने अपत्य जन्माला घातल्याने कधीही त्या आयुष्याला अर्थ प्राप्त होणार नाही. कारण, कोणत्यातरी मूळच्याच 'निरर्थक' गोष्टीला अमर बनवणं हेही तितकंच निरर्थक असेल.

यातून आपल्याला फक्त एक गोष्ट दिसून येते : मानवी भोगांप्रमाणेच मृत्यू हाही जीवनाचा एक अर्थपूर्ण भाग आहे. या दोन गोष्टी माणसाच्या अस्तित्वातून अर्थपूर्णता हिरावून घेत नाहीत, उलट त्याच आयुष्याला अर्थपूर्ण बनवतात. अशा प्रकारे, जगात असणारं आपलं एकमेवाद्वितीय अस्तित्व, परत न मिळवता येणारा आयुष्याचा कालखंड आणि ते आयुष्य आपण ज्या ज्या गोष्टींनी व्यापतो किंवा व्यापत नाही त्या सगळ्याची अटळता, नेमके हेच आपल्या अस्तित्वाला अर्थ देतात. केवळ प्रत्येक संपूर्ण आयुष्याचा वेगळेपणा किंवा एकमेवाद्वितीयपणा आयुष्याला महत्त्वाचं बनवतात असं नव्हे, तर प्रत्येक दिवस, प्रत्येक तास, प्रत्येक क्षण हा वेगवेगळा असतो आणि तो अशा गोष्टींचं प्रतिनिधित्व करत असतो, ज्यामुळे आपल्या अस्तित्वावर एक भयंकर तरीही अत्यंत सुंदर जबाबदारी येऊन पडते! कोणत्याही तासाच्या मागण्या जेव्हा आपण पूर्ण करत नाही किंवा मनापासून पूर्ण करत नाही, तेव्हा तो तास आपल्याकडून जमा केला जातो, 'कायमसाठी जमा'. त्याउलट, तो तो क्षण पकडून आपण जे साध्य करतो, ते कायमस्वरूपी वाचतं आणि वास्तवात आणलं जातं. असं वास्तव जिथे ते वरवर पाहता केवळ भूतकाळात जमा झाल्यानेच 'रद्द केलं' जातं. मात्र खरं तर ते सुरक्षित ठेवलं गेलेलं या अर्थाने जतन झालेलं असतं. या अर्थी, 'होतो' हे 'असण्याचं' सगळ्यात सुरक्षित रूप आहे. हे 'असणं', हे वास्तव जे आपण या प्रकारे जतन केलं, त्याला यापुढे क्षणभंगुरतेची बाधा होणार नाही.

आपलं आयुष्य, जैविक आणि शारीरिकदृष्ट्या पाहता नक्कीच क्षणभंगुर किंवा अस्थायी आहे. त्यातलं काहीच टिकून राहत नाही आणि तरीही किती आणि काय काय उरतं! आपल्या अस्तित्वादरम्यान आपण काय साध्य केलं, जे नंतरही परिणाम करत राहतं, आपल्याला ओलांडून जातं, आपल्याला मागे टाकून पुढे जातं तर ते म्हणजे आपल्या आयुष्यातलं जे उरतं, आपल्यामागे आपलं जे टिकून राहतं ते. आपल्या आयुष्याची परिणामकारकता 'विदेही' बनते आणि त्या अर्थाने ती रेडियमशी साधर्म्य साधते. जसं की, रेडियम भौतिक स्वरूपात असतानाही त्याच्या 'आयुष्याच्या कालखंडा'त (किरणोत्सर्गी म्हणजे रेडिओऑक्टिव्ह पदार्थांना मर्यादित आयुष्य असतं ही ज्ञात गोष्ट आहे) ते वाढत्या प्रमाणात किरणोत्साराच्या ऊर्जेमध्ये रूपांतरित होत जातं आणि पुन्हा ते भौतिक स्वरूपात येत नाही. आपण जे जगात 'रेडिएट' करतो म्हणजेच प्रसवतो, आपल्या अस्तित्वातून ज्या 'लहरी' प्रसारित होतात, तेच आपलं शारीर अस्तित्व संपलं तरी मागे उरतं.

आपलं अस्तित्व किती मार्मिकपणे जबाबदारीने भरलेलं आहे, याचं प्रात्यक्षिक दाखवण्याचा एक सोपा मार्ग आहे किंवा कोणी म्हणेल एक युक्ती आहे. या जबाबदारीला आपण केवळ थरथर कापत सामोरं जाऊ शकतो. मात्र कसे कुणास ठाऊक पण अखेरीस आनंदानेही सामोरं जाऊ शकतो. कारण, त्यात एक स्पष्ट

अत्यावश्यकता आहे, जे 'असं असतं तर तसं वागण्या'चं सूत्र आहे, जे कान्टच्या वचनासारखं आहे. हे वचन असं आहे : *असं जगा जणू काही तुम्ही दुसऱ्यांदा जगताय आणि पहिल्या वेळी तुम्ही अगदी तशी चुकीची कृती केली होती, जशी कृती तुम्ही आत्ता करायला जाताय!*

जरी मृत्यू दूरच्या भविष्यात असला तरी मृत्यूच्या समोर आपल्या अस्तित्वाला जी काळाची मर्यादा आहे, ती एकटीच आपल्या अस्तित्वाला अर्थपूर्ण बनवते, असं नाही : दुसऱ्या व्यक्तीशी असलेलं नात्याचं मर्यादित स्वरूपसुद्धा प्रत्येक व्यक्तीच्या आयुष्याला अर्थहीन नव्हे, तर अर्थपूर्णच बनवत असतं. याचा अर्थ हाच की, आपण परिपूर्ण नसतो, आपल्याला अंतःस्थ मर्यादा असतात आणि हे माणसाच्या विविध स्वभाववैशिष्ट्यांतून दिसून येतं, हीच वस्तुस्थिती आहे; पण आपल्या अपूर्णतेच्या अर्थपूर्णतेबद्दल विचार करण्यापूर्वी आपण क्षणभर विचारलं पाहिजे की, आपल्या स्वतःच्या उणिवांमुळे किंवा अपुरेपणामुळे माणसं ज्या प्रकारे निराश होतात, त्या निराशेचं अस्तित्व समर्थनीय आहे का? कारण, आपण विचारलं पाहिजे की, जे लोक त्यांचं 'असणं' हे 'कसं असायला हवं' याच्याशी तोलून पाहतात आणि तसं करताना ते स्वतःची तुलना एखाद्या आदर्शाशी करतात, ते लोक कधीही पूर्णपणे नालायक असू शकतात का? ते स्वतःविषयी निराश होतात, नेमक्या या वस्तुस्थितीमुळे त्यांच्या वागण्याचं समर्थन होतं आणि शेवटी एका पातळीपर्यंत त्यांच्या निराशेला वैधता मिळत नाही, असं तर घडत नाही ना? असे लोक जर इतके निरुपयोगी असतील की, ते आदर्श काय तेही पाहू शकले नसतील तर ते स्वतःविषयीचा निवाडा करू शकतील का? जेव्हा त्यांना आदर्श व्यक्ती आणि ते यांच्यातलं अंतर लक्षात येतं, तेव्हा तेच अंतर आपल्याला खात्री देत नाही का की, हे लोक आदर्शाला पूर्णपणे अप्रामाणिक राहिले नाही आहेत?

आणि आता आपल्या अपूर्णतेच्या आणि विशिष्ट असंतुलनाच्या अर्थाच्या प्रश्नाकडे वळू या : प्रत्येक व्यक्ती ही अपूर्ण असते हे लक्षात ठेवू या. मात्र प्रत्येक व्यक्तीची अपूर्णता किंवा उणिवा या वेगवेगळ्या असतात म्हणजे ती 'तिच्या तिच्या प्रकारे' अपूर्ण असते आणि कोणतीही व्यक्ती कितीही अपूर्ण असू दे, तिची अपूर्णता एकमेवाद्वितीय असते. सकारात्मकपणे पाहिलं तर काही का असेना, त्या व्यक्तीची जागा दुसरं कोणीही घेऊ शकत नाही. दुसरं कोणीही त्याचं प्रतिनिधित्व करू शकत नाही आणि त्याच्या जागी अदलाबदल करून येऊ शकत नाही. याचं प्रात्यक्षिक पाहायचं असल्यास आपल्यासमोर जैविक जगातलं एक चपखल उदाहरण आहे : सजीवसृष्टीच्या उत्क्रांतीमध्ये सर्वच पेशी या कोणतंही कार्य करू शकत होत्या हे आपल्याला ज्ञात आहे. एक 'आदिम' किंवा मूळ पेशी ही काहीही करू शकते : ती अन्नग्रहण करू शकते, हालचाल करू शकते, पुनरुत्पादन करू शकते आणि कोणत्या ना कोणत्या प्रकारे आपल्या पर्यावरणाची जाणीवही तिला होते आणि ही

एकेक पेशी उत्क्रांतीच्या सावकाशीने होणाऱ्या प्रक्रियेमध्येच केवळ वैशिष्ट्यपूर्ण बनत जाते आणि मग पेशींचे अवयवांनुसार पेशीगट बनतात. अशा प्रकारे शेवटी एक पेशी ही केवळ एकाच कामाकरता वापरली जाऊ लागते. एखाद्या सजीवामध्ये कामाची विभागणी होण्याच्या तत्त्वानुसार, एखाद्या पेशीच्या सर्वसामान्यपणे लागू होणाऱ्या क्षमतांची किंमत मोजून, त्या पेशीची जागा दुसरी पेशी घेऊ शकत नाही, अशी स्थिती होते. म्हणजेच तुलनात्मकरीत्या कामासाठी तीच एकमेवाद्वितीय बनते. उदाहरणार्थ, नेत्रपटलावरची पेशी ही आता अन्नग्रहण करू शकत नाही, इकडून– तिकडे जाऊ शकत नाही आणि पुनरुत्पादनही करू शकत नाही; पण ती जे एकच काम करते – ते म्हणजे बघणं – ते ती फारच चांगल्या प्रकारे करते. अशा प्रकारे तिच्या या विशिष्ट कामाच्या बाबतीत तिची जागा दुसरी पेशी घेऊ शकत नाही – त्वचेची पेशी किंवा स्नायूची पेशी किंवा जननपेशी तिची जागा घेऊ शकत नाही.

आधी चर्चिल्याप्रमाणे मृत्यू जसा अर्थाच्या शोधामध्ये आवश्यक सिद्ध झाला आणि त्याने आपल्या *अस्तित्वाच्या एकमेवाद्वितीय असण्याचं* आणि त्याचबरोबर आपल्या जबाबदार असण्याचंही समर्थन केलं, त्याचप्रमाणे आता आपल्याला समजू शकतं की, मानवाचं परिपूर्ण नसणं हेही अर्थपूर्णच आहे. कारण, आता सकारात्मकपणे पाहिल्यावर कळतं की, ते *आपल्या अंतरात्म्याच्या एकमेव, वेगळं असण्याचंच प्रतिनिधित्व* करतं. मात्र हा जो प्रत्येक व्यक्तीचा वेगळेपणा आहे, त्याचं सकारात्मक मूल्य केवळ त्याच्याच पायावर आधारलेलं असू शकत नाही. ज्याप्रमाणे एकट्या पेशीचं कार्यात्मक मूल्य हे संपूर्ण जीवासाठी असतं, त्याचप्रमाणे प्रत्येक मनुष्याच्या वेगळेपणाला एका सर्वसमावेशक संपूर्णतेशी म्हणजेच संपूर्ण मानवजातीशी त्याच्या असलेल्या नात्यातूनच मूल्य मिळतं. हा वेगळेपणा, वैयक्तिकपणा जेव्हा केवळ स्वतःसाठी नसून, संपूर्ण मानवजातीसाठी असतो, तेव्हाच तो मौल्यवान ठरतो. एक साधी गोष्ट पाहू की, प्रत्येक माणसाच्या बोटांच्या ठशांची रचना ही एकमेवाद्वितीय असते, जिचा उपयोग केवळ गुन्हेगारीचं संशोधन करणाऱ्यांना किंवा एखाद्या गुन्हेगाराचा तपास करणाऱ्यांनाच होऊ शकतो; पण हे जीवशास्त्रीय 'वेगळेपण' काही आपोआप प्रत्येक व्यक्तीला समाजासाठी महत्त्वाचं असणाऱ्या व्यक्तिमत्त्वात बदलत नाही.

आपल्या अस्तित्वाचं हे वेगळेपण आणि प्रत्येक माणसाचं एकमेवाद्वितीय असणं आणि हे वेगळेपण 'कशासाठी तरी' असणं म्हणजेच दुसऱ्या शब्दांत सांगायचं झालं तर इतरांकरता किंवा समाजाप्रती हे वेगळेपण केंद्रित झालेलं असणं, याचा सारांश एखाद्या सूत्राने सांगता येईल. हे सूत्र आपल्याला माणसांच्या आयुष्याच्या गांभीर्याप्रती असलेल्या भयंकर आणि त्याच वेळी गौरवशाली अशा जबाबदारीची आठवण करून देईल. मग आपण टालमुडचा स्थापनकर्ता हिलेल यांनी ज्या मूलभूत सत्याला जवळपास २,००० वर्षांपूर्वी बोधवाक्य बनवलं, त्याचा आधार घेऊ

शकतो. हे बोधवाक्य आहे : 'जर मी केलं नाही, तर दुसरं कोण करेल? पण जर मी केवळ स्वतःसाठी केलं तर मग मी काय आहे? आणि जर मी आत्ता केलं नाही, तर मग मी कधी करेन?' 'जर मी केलं नाही' यामध्ये प्रत्येक व्यक्तीचं वेगळेपण दिसून येतं; 'जर केवळ स्वतःसाठी' यामधून हेच दिसून येतं की, जर हे वेगळेपण इतरांच्या सेवेसाठी वापरलं नाही, तर ते निरर्थक आणि मूल्यहीन आहे आणि 'जर आत्ता केलं नाही' यामधून प्रत्येक परिस्थिती एकमेवाद्वितीय असते हे दिसून येतं!

आपण जीवनाच्या 'अर्थपूर्णते'विषयी जे बोललो त्याचा जर सारांश काढायचा असेल, तर आपण असा निष्कर्ष काढू शकतो : जीवनाचा अर्थ काय, तर आपल्याला प्रश्न विचारले जाणं, त्याची उत्तरं देणं; प्रत्येक व्यक्ती तिच्या तिच्या अस्तित्वासाठी जबाबदार असणं. मग आपल्याला जीवन हे भेट मिळाल्यासारखं वाटत नाही, तर ते आपल्यावर सोपवलं गेलं असल्याचं समजतं. प्रत्येक क्षण एक 'काम' असतं. यावरून असा अर्थ काढता येतो की, आयुष्य जितकं कठीण किंवा खडतर बनतं तितकं ते जास्त अर्थपूर्ण होतं. एखादा खेळाडू किंवा गिर्यारोहक आपणहून स्वतःसाठी काम *शोधत* असतात, आपणहून कठीण परिस्थिती निर्माण करतात : प्रस्तरारोहण करणाऱ्या गिर्यारोहकाला जेव्हा समोरच्या खडकामध्ये आणखी अवघड चढण दिसते, तेव्हा त्याला किती आनंद होतो! मात्र या प्रसंगी आपल्याला एक गोष्ट लक्षात घेतली पाहिजे की, धार्मिक किंवा श्रद्धाळू लोक, जीवनाचा अर्थ समजून घेताना, 'अस्तित्वाचा अर्थ समजून घेताना' एक पाऊल पुढे जाऊन, जीवनाकडे केवळ एक काम या दृष्टीने पाहणाऱ्या माणसांपेक्षा स्वतःला वेगळे समजतात. कारण, इथे त्यांना काम 'देणारं' किंवा त्यांना कामापुढे उपस्थित करणारं जे कोणी आहे त्याचाही ते अनुभव घेतात – म्हणजेच दैवी अस्तित्वाचा! दुसऱ्या शब्दांत सांगायचं तर श्रद्धाळू लोकांना त्यांचं आयुष्य हीच एक दैवी मोहीम असल्याचा अनुभव येतो.

आणि आता गोळाबेरीज करायची तर आपण जीवनाच्या 'मूल्या'विषयी काय म्हणू शकतो? जो दृष्टिकोन आपल्यासमोर आला आहे, तो कदाचित हेबेल यांच्या शब्दांतून सर्वांत अचूकपणे व्यक्त होईल. ते म्हणतात : 'जीवन म्हणजे काहीतरी नव्हे, तर काहीतरी करण्याची संधी आहे!'[६]

---

६ ख्रिस्तियान फ्रीडरिश हेबेल (१८१३-१८६३), जर्मन कवी आणि नाटककार.

आपण आपल्या पहिल्या चर्चेत ज्या निष्कर्षांपर्यंत पोहोचायचा प्रयत्न करत होतो, त्यातला एक निष्कर्ष हा आहे : जर जीवन अर्थपूर्ण असेल, तर यातनांनासुद्धा अर्थ असणारच.

अर्थातच, आजारपण हा यातनांचा किंवा भोगाचा एक हिस्सा आहे. 'एक हिस्सा' असं आपण म्हणत आहोत. कारण, 'यातना' आणि 'आजारपण' हे दोन्ही समान नव्हेत. एखादा माणूस आजारी नसूनसुद्धा यातना भोगू शकतो आणि कोणी आजारी असला तरी त्याला यातना भोगाव्या लागतीलच असंही नाही. यातना किंवा भोग ही इतकी मानवी बाब आहे आणि जी मानवी आयुष्याचा पूर्वापार एक भाग आहे की, काही परिस्थितीत नेमक्या याच 'यातना न होणं' हेच एक आजारपण असू शकतं. सर्वसामान्यपणे ज्या स्थितीला 'मानसिक आजार' म्हटलं जातं आणि खरंतर ते मनाशी निगडित असे आजारच असतात, तशा केसेसमध्ये आपल्याला हे दिसून येतं. कारण, मन हे काही खरंखुरं आजारी पडू शकत नाही, बोधात्मक (कॉग्निटिव्ह) पैलू हा एकतर सत्य किंवा असत्य, वैध किंवा निरुपयोगी असू शकतो; पण कधीच आजारी असू शकत नाही. जी एकमेव गोष्ट आजारी पडू शकते, ती म्हणजे आपलं मानस (सायकी). मात्र अशा मनाच्या आजारपणांमध्ये आणि खासकरून जे आजार मनामुळे निर्माण झालेले नाहीत, तर शारीरिक गोष्टींमुळे उत्पन्न झालेले आहेत, म्हणजेच दुसऱ्या शब्दांत सांगायचं तर तथाकथित मानसिक आजार : अशा बऱ्याच केसेसमधून हेच दिसून येतं की, यातना सहन करण्याची क्षमता नसणं हेच आजाराचं लक्षण बनतं.

सिफिलिटिक इन्फेक्शन (एक प्रकारचा गुप्तरोग) झालेल्या एखाद्या मनुष्याला काही प्रमाणात धोका निर्माण होतो. कारण, हा रोग झालेल्या लोकांपैकी काही किरकोळ टक्के लोकांना काही वर्षांनी किंवा काही दशकांनी याचा परिणाम म्हणून मेंदूचा सिफिलिस होऊ शकतो. याला 'जनरल पॅरलिसिस ऑफ द इनसेन (जीपीआय)'[७] असं म्हणतात. काही ठरावीक अंतराने किंवा विशिष्ट वेळी जर

---

७ यूकेमध्ये जनरल पॅरलिसिस किंवा जनरल पॅरलिसिस ऑफ द इनसेन (जीपीआय) हा आजार
   शेवटच्या पायरीवर गेलेल्या सिफिलिसशी संबंधित आहे, असं १८८०मध्ये शोधलं गेलं.
   १९४६ साली ऑस्ट्रियामध्ये सिफिलिसच्या उपचारांसाठी पेनिसिलिनचा वापर सुरू झालेला
   नव्हता, त्यामुळेच सर्वत्र प्रचलित असणाऱ्या मलेरियाच्या उपचारांचा उल्लेख आलेला आहे.

मणक्यातला द्राव तपासला तर डॉक्टर अचूकपणे आणि खात्रीशीरपणे सांगू शकतात की, हा मनुष्य त्या धोका असलेल्या मूठभर लोकांत येतो की नाही; पण जर त्याला या तपासणीविषयी माहीत नसेल, तर त्याला हा मानसिक आजार होण्याची भीती वाटत राहील (खरंतर ज्या केसेसमध्ये ही मणक्याच्या द्रावाची चाचणी पॉझिटिव्ह येते, त्या केसेसमध्ये मलेरियावरच्या उपचारांनी असा अर्धांगवायू किंवा पॅरलिसिस रोखता येऊ शकतो आणि ज्यांना आधीच अर्धांगवायू झाला आहे, त्यांना पहिल्या किंवा लवकरच्या टप्प्यातच उपचार देऊन तो बरा करता येतो). ही अर्धांगवायू होण्याची भीती खरोखरच काही लक्षणं उत्पन्न करू शकते; पण जर अशा आजाराची भीती वाटणारा मनुष्य खरोखरच अर्धांगवायूने आजारी पडला तर आपल्याला काय दिसून येतं? त्या क्षणी त्याला आजाराची भीती वाटणं बंद होतं! आणि का? तर या अर्धांगवायूची लक्षणंच ही आहेत – बाधित व्यक्ती छान, समाधानी मनःस्थितीत असणं, जेणेकरून त्याला त्रास होत नाही!

अर्धांगवायूसारख्या तीव्र, जगभरात भीतिदायक समजल्या जाणाऱ्या आजाराचं निदान डॉक्टर त्या रुग्णासमोर शक्यतो न करण्याची काळजी घेतात. मात्र ज्या मनुष्याला आधीच अर्धांगवायू झालेला आहे, त्याच्यासमोर मात्र डॉक्टरांची ही काळजी निराधार ठरते. अशा रुग्णाला डॉक्टर स्पष्टपणे त्याच्या आजाराविषयी सांगू शकतात : कारण तो रुग्ण हसून सांगेल की, त्यांचं निदान चुकीचं आहे आणि जर त्यानंतर त्या डॉक्टरने दाखवलं की, त्या रुग्णाला नीट बोलताही येत नाही आहे, तरीही तो रुग्ण फारसा अस्वस्थ होणार नाही. बऱ्याच केसेसमध्ये हे असंच घडतं. तो रुग्ण त्याला नीट बोलता न येण्याचं खापर त्याच्या वाईट दातांवर किंवा कवळीवर फोडतो.

एखाद्या मानसिक आजारामुळे एखाद्या रुग्णाच्या यातना होण्याच्या क्षमतेवर परिणाम झाला असेल, तर सर्वसामान्यपणे ज्या गोष्टींमुळे लोकांना आनंद होतो किंवा ते अस्वस्थ होतात, त्या गोष्टींनी त्याला काहीही फरक पडणार नाही. त्या त्याला हेलावून टाकणार नाहीत किंवा कसलाच परिणाम करणार नाहीत. उदाहरणादाखल, मनोरुग्णांच्या केंद्रात भरती व्हायला आलेली एक केस पाहू या. नव्याने दाखल झालेल्या रुग्णांना तपासायच्या खोलीत अर्धांगवायू झालेला एक रुग्ण एकदा आलेला मला आठवतो : त्याच्या चेहऱ्यावर आनंदी हसू होतं आणि तो फारच चांगल्या मनःस्थितीत होता. आम्हाला भेटून किती आनंद झाला हे त्याने आम्हाला आल्या आल्या सांगितलं. नंतर त्याच्या लंबर पंक्चरसाठी म्हणजे मणक्यातून सुईने द्राव काढण्यासाठी तयारी चालू असतानाही त्याच्या चेहऱ्यावर भीतीचा लवलेशही नव्हता, तो फक्त म्हणाला : 'तुम्ही मला हे सगळं का करताय ते मला माहीतच आहे : मला कंटाळा येऊ नये म्हणून.' आणि जेव्हा प्रत्यक्षात सुईने पंक्चर केलं तेव्हा त्याला नक्कीच टोचल्याने दुखलं असणार. त्याने 'आऊ!' असा उद्गार तर काढला; पण लगेचच तो म्हणाला : 'काय मस्त वाटलं!'

एखादा माणूस मनाने आजारी असेल म्हणजेच त्याला 'मानसिक आजार' असेल, तर त्याला सर्वसामान्य लोकांप्रमाणे यातनांची संवेदना होत नाही या वस्तुस्थितीकडे जर तुमचं दुर्लक्ष झालं, तर माझ्याबाबतीत एके दिवशी जे घडलं तेच तुमच्याही बाबतीत होऊ शकतं. मी एका सायकिऑट्रिक हॉस्पिटलमध्ये रुग्णांना दाखल करून घेण्याच्या ड्यूटीवर होतो. रुग्णांना दाखल करायच्या हॉलमध्ये नव्यानेच दाखल झालेल्या एका रुग्णापाशी मला बोलावण्यात आलं. मी गेलो तेव्हा एक वयस्कर आणि एक तरुण अशा दोन बायका तिथे होत्या. त्या नक्कीच मायलेकी होत्या. ती आई फारच अस्वस्थ झालेली होती आणि हे सगळं किती भयंकर आहे, असं मोठमोठ्याने रडगाणं गात होती, तर ती मुलगी तिला शांत करायचा प्रयत्न करत होती आणि सगळं काही ठीक होईल वगैरे सांगत होती. मला रुग्णाला एक प्रश्न विचारायचा होता म्हणून मी त्या अस्वस्थ झालेल्या बाईकडे वळलो, तर तिने मुलीचं लक्ष नसताना हळून तिच्याकडे बोट दाखवून सांगितलं की, ती मुलगी रुग्ण आहे! ती तरुण रुग्ण मुलगी अजिबातच अस्वस्थ नव्हती आणि 'वेड्यांच्या इस्पितळात' भरती केल्याबद्दल अजिबात घाबरलेली दिसत नव्हती : तिच्या आजारामुळेच ती या नकोशा परिस्थितीला, रोज नसेल कदाचित; पण त्या दिवशी तरी अशी बेफिकिरीने किंवा निर्विकारपणे प्रतिसाद देत होती. असं आहे की, एखाद्या नेहमीच्या नसलेल्या परिस्थितीला नेहमीपेक्षा वेगळी (अस्वस्थ, भावनिक) प्रतिक्रिया देणं हेच 'नॉर्मल' असल्याचं लक्षण आहे.

पण मनाचे असेही आजार (डिसऑर्डर) आहेत, ज्यात विरोधाभास म्हणजे रुग्णाला यातनाच होत नाहीत, हेच त्यांचे भोग असतात! 'मेलॅन्कली'चा म्हणजे औदासीन्याचा एक प्रकार आहे, ज्यात सर्वसामान्यपणे नैराश्य किंवा उदासी किंवा चिंतातुर वाटत नाही, तर याउलट रुग्णांची तक्रार असते की, त्यांना आनंदीही राहता येत नाही आणि यातनाही होत नाहीत. त्यांना सुखद असो किंवा नकोशा, खरंतर कोणत्याच भावनांची संवेदना होत नाही. त्यांची मनःस्थिती बधिर असते आणि ते भावनिकरीत्या 'थंड' झालेले असतात. त्यांना रडतासुद्धा येत नाही, असंही हे रुग्ण सांगतात. या लोकांना यातनांचा अनुभवच घेता येत नाही, त्यामुळे त्यांना जी निराशा येते, ती म्हणजे एखाद्या मानसोपचारतज्ज्ञाच्या पाहण्यात आलेला नैराश्याचा अतिशय भयंकर प्रकार असतो म्हणजेच यातना किंवा भोग हे जीवनाचाच एक हिस्सा आहेत हे ज्ञान मानवजातीच्या मनात किती खोलवर रुजलेलं आहे पाहा!

पण आपल्या सगळ्यांसाठी ही गोष्ट पहिल्यांदा वाटेल तितकी विचित्र नक्कीच नाहीये. आपल्या सर्वसामान्य आध्यात्मिक आयुष्यात यातना या कुठंवर जीवनाचाच एक भाग आहेत हे लोकांना बऱ्याचदा माहीत असतं. आपण स्वतःलाच गंभीरपणे आणि प्रामाणिकपणे विचारून पाहू की, आपल्याला आपल्या भूतकाळातून, आपल्या प्रेमजीवनातले सगळे दुःखद अनुभव पुसून टाकायचे आहेत का? आपल्याला

ज्या ज्या गोष्टी वेदनादायी वाटल्या किंवा ज्यांमुळे आपल्याला दुःख झालं त्या सगळ्या आपल्याला पूर्णपणे विसरायच्या आहेत का? असं विचारल्यावर आपण नक्कीच 'नाही' म्हणू. काही का असेना, आपल्या अस्तित्वाच्या या आनंदविरहित कालखंडांमध्येच आपली एक माणूस म्हणून कितीतरी वाढ झाली आणि आपण प्रगल्भ झालो हे आपल्याला नक्की माहीत असतं.

आता तुमच्यापैकी काही जण आक्षेप घेत म्हणतील की, हा तर फसवा युक्तिवाद आहे, मी लोकांच्या भावनांना हात घालून काहीतरी पटवायचा प्रयत्न करत आहे. जो आत्ता या क्षणी काहीतरी यातना भोगत आहे, त्या माणसाला मी जाऊन विचारायला हवं. मी त्याला विचारायला हवं की, तो मनापासून त्याचे भोग स्वीकारतो हे त्याला मान्य आहे का! तर यासाठी आपल्याला लोकांचे थेट, स्पष्ट अनुभवच पाहायला हवेत.

साधारण वर्षभरापूर्वी छळछावण्यांमधले लोक खड्ड्यांमध्ये उभं राहून कुदळींनी बर्फाळ माती खोदत होते, फावड्यांनी उचलून टाकत होते. जर पहारेकरी चालत एखाद्या गटापासून जरा लांब गेला आणि तो काही मिनिटं बघत नाही आहे हे लक्षात आलं, तर खोदणारे लोक कुदळी आणि फावडी आपापल्या थकल्याभागल्या हातांत ठेवून बोलायला लागत. कामाच्या ठिकाणी या पुरुषांमध्ये होणारी संभाषणं कायम एकाच विषयावरची असायची. सगळेच मरगळलेले लोक फिरून फिरून एकाच विषयापाशी यायचे : खाणं. लोक एकमेकांना वेगवेगळ्या पाककृती सांगायचे, मेन्यूंची योजना आखायचे आणि एक जण दुसऱ्याला त्याचा आवडता पदार्थ विचारायचा किंवा उत्तमोत्तम व्यंजनांबद्दल भरभरून बोलत सुटायचा. एक दिवस छळछावणीतून सुटका झाल्यानंतर ते एकमेकांना जेवायला बोलावून काय काय खाऊ घालतील, याचं कल्पनारंजन करायचे; पण त्यांच्यातला जो सर्वोत्तम होता, तो पुन्हा एकदा वेगवेगळ्या छान पदार्थांचा उपभोग घेता येईल म्हणून छळछावणीतून सुटका होण्याच्या दिवसाची वाट पाहत नव्हता, तर त्याचं कारण पूर्णपणे वेगळंच होतं : ज्या परिस्थितीत माणसांच्या मनात केवळ पोट भरण्याचाच विचार येऊ शकतो, बाकी काहीच सुचू शकत नाही, अशी ही माणसांची खालच्या पातळीवर झालेली घसरण त्याला पाहवत नव्हती आणि ती थांबण्याकरताच त्याला सुटका होण्याची इच्छा होती. कारण, छळछावणीत अशी परिस्थिती होती की, सकाळचे सव्वानऊ किंवा साडेनऊ वाजलेत का, दुपारचे साडेअकरा किंवा पावणेबारा वाजलेत का, आणि आता या गोठवणाऱ्या थंडीत या खड्ड्यात भुकेल्यापोटी आणखी किती तास काढायचे आहेत, मग जेवणाची लहान सुट्टी होईल किंवा संध्याकाळ होऊन चालत चालत छावणीत परतून स्वयंपाकघरात सूपचा वाडगा कधी एकदा हातात घेता येईल, यापलीकडे तुमच्या मनात काहीच विचार येऊ शकायचा नाही. त्या काळात आम्हाला योग्य अशा मानवी यातनांची, खऱ्याखुऱ्या मानवी समस्यांची,

खऱ्या मानवी संघर्षांची ओढ लागली होती. कारण, इथे आमच्यासमोर होते केवळ खाण्याचे, उपासमारीचे, थंडीने गारठण्याचे किंवा झोपण्याचे, खोदकामाचे किंवा मारपिटीचे मानहानिकारक प्रश्न. ज्या काळी आम्हालाही आमच्या मानवी यातना, प्रश्न, संघर्ष, समस्या होत्या आणि केवळ प्राण्यांसारख्या यातना आणि धोके किंवा भीती नव्हती, त्या काळाच्या आठवणी आम्ही आत्यंतिक विषण्णतेने आणि खिन्नतेने काढायचो; पण जेव्हा आम्ही आमच्या भविष्याबद्दल विचार करायचो, तेव्हा आम्ही यातना, समस्या आणि संघर्षाशिवायचं आमचं अस्तित्व मुळीच कल्पायचो नाही. अगदी मनापासून आम्हाला ते सगळं हवं होतं. आम्हाला खरोखरच यातना भोगाव्या लागल्या तरी चालेल, मात्र मनुष्यजन्म प्राप्त झाल्याने मानवावर लादलेल्या ज्या अर्थपूर्ण यातना असतात तशा त्या असाव्यात, असं आम्हाला वाटायचं.

आपण आधीच पाहिलं आहे की, अर्थाची परिपूर्ती ही तीन प्रमुख मार्गांनी होते : पहिलं म्हणजे काहीतरी कृती करून, काहीतरी निर्माण करून, काहीतरी मोठं काम किंवा कलाकृती तयार करून माणसं आपल्या अस्तित्वाला अर्थ बहाल करू शकतात. दुसरं म्हणजे कशाचा तरी अनुभव घेऊन – मग तो निसर्ग असेल किंवा कला – किंवा लोकांवर प्रेम करून त्यांना अर्थ सापडू शकतो आणि तिसरा मार्ग म्हणजे जेव्हा पहिल्या किंवा दुसऱ्या मार्गाने लोकांना जीवनात मूल्य शोधणं शक्य नसतं आणि नेमक्या अशाच परिस्थितीत जेव्हा ते आपल्या शक्यतांच्या अटळ, बदलता न येणाऱ्या, टाळता न येणाऱ्या आणि नशिबानेच दिलेल्या मर्यादांप्रती एक भूमिका घेतात, तेव्हासुद्धा त्यांना जीवनात अर्थ सापडू शकतो : ते या मर्यादांशी कशा प्रकारे जुळवून घेतात, त्यांना कसा प्रतिसाद देतात आणि आपलं नशीब कसं स्वीकारतात, यातून. जीवनाच्या प्रवासात, त्या त्या वेळच्या 'तासातासाच्या आव्हानांनुसार' या अर्थाची पूर्तता करायच्या मार्गाची दिशा बदलायला, काही वेळा तर अचानक बदलायला माणसांची आधीपासूनच तयारी असली पाहिजे. कारण, आपण आधीच पाहिलं आहे की, जीवनाची अर्थपूर्णता ही विशिष्टच स्वरूपाची असते. विशिष्ट म्हणजे प्रत्येक व्यक्तिनुसार आणि प्रत्येक तासागणिक ती बदलणारी असते : जीवन आपल्यासमोर जे प्रश्न उभं करतं, ते प्रत्येक व्यक्तिनुसार बदलतात आणि प्रत्येक परिस्थितीनुसारही बदलतात. एखाद्याचं नशीब अर्थाच्या परिपूर्तीसाठी त्याला दिशा बदलायला कसं 'सांगू शकतं' आणि ती व्यक्ती कशी 'आज्ञाधारकपणे' ते मानून तशी वागते हे या ठिकाणी मला एका उदाहरणाने दाखवून द्यावंसं वाटतं.

चांगलं कार्यक्षम आणि उत्पादनक्षम करियर असलेला एक तरुण होता. तो जाहिरातक्षेत्रातला एक व्यस्त असा ग्राफिक डिझायनर होता; पण अचानक त्याला त्याच्या कामापासून दूर जावं लागलं. कारण, त्याच्या मणक्याच्या वरच्या भागावर कर्करोगाची एक गाठ आली आणि तिची शस्त्रक्रिया वगैरे करणं शक्य नव्हतं. त्या गाठीमुळे काही दिवसांतच त्याच्या हातापायाला अर्धांगवायू झाला. यापूर्वी त्याने

काम करत, नोकरी करत आपलं आयुष्य अर्थपूर्ण बनवलं होतं; पण आता अचानक त्याला त्या दिशेने पुढे जाऊन अर्थाची परिपूर्ती करणं शक्य नव्हतं : तो जणू त्या रस्त्यावरून बाहेर फेकला गेला होता आणि त्याला जबरदस्तीनेच वेगळा मार्ग शोधावा लागणार होता. कृतिशील असणं हे त्याच्यासाठी दिवसेंदिवस अधिकाधिक अशक्य होत चाललं होतं. आता तो अर्थाचा शोध घेण्यासाठी त्याच्या मर्यादित स्थितीतल्या निष्क्रिय अनुभवांवरच अवलंबून होता. या इतक्या मर्यादित शक्यतांमध्येच त्याला जीवनाचा अर्थ शोधायचा होता, तर आपल्या या रुग्णाने काय केलं? हॉस्पिटलमध्ये असताना त्याने बरंच वाचन केलं. आपल्या व्यवसायात खूप व्यस्त असताना त्याला जी पुस्तकं वाचायला कधी वेळच मिळाला नव्हता, ती त्याने वाचून काढली. तो मनापासून रेडिओ ऐकायला लागला आणि त्याच्या आजूबाजूच्या रुग्णांसोबत विविध विषयांवरच्या, मेंदूला चालना देणाऱ्या चर्चा करायला लागला. अशा प्रकारे कृतिशील असण्याच्या पलीकडे जाऊन ज्या प्रकारच्या अस्तित्वात अर्थ शोधता येतो आणि जीवनाने समोर ठेवलेल्या प्रश्नांना उत्तरं देता येतात, तसं त्याचं अस्तित्व झालं होतं म्हणून या धीट तरुणाला, तशा परिस्थितीतही आपलं आयुष्य – मर्यादित का असेना; पण – अर्थहीन झालं असल्याची कोणतीही भावना जाणवली नाही, हे समजण्याजोगं आहे. मात्र कालांतराने त्याचा आजार इतका बळावला की, त्याला हातात पुस्तकही धरता येईनासं झालं, इतके त्याचे स्नायू कमकुवत झाले. त्याला कानांना हेडफोनही लावता येईना. कारण, त्यामुळे त्याचं डोकं प्रचंड दुखायला लागलं. पुढे तर त्याला बोलणंही कठीण जाऊ लागलं, त्यामुळे त्याला इतर रुग्णांशी उत्साहाने चर्चा करणं शक्य होईना. अशा तऱ्हेने या तरुणाला पुन्हा एकदा नशिबाचा फटका बसला आणि तो त्याच्या मार्गावरून बाहेर ढकलला गेला म्हणजेच स्वतः काहीतरी मूल्यवान कृती किंवा निर्मिती करणं तर दूरच, त्याला आता मूल्यवान अनुभव घेणंही अशक्य झालं. त्याच्या आजारामुळे त्याच्या शेवटच्या दिवसांत त्याची अशी स्थिती झाली होती; पण केवळ एक विशिष्ट दृष्टिकोन स्वीकारून त्याने तशा घडामोडींमध्येही जीवनाला अर्थपूर्ण बनवलं. आपले थोडेच दिवस किंवा काहीच तासच उरले आहेत हे आपल्या रुग्णाला माहीत होतं. त्या वेळी हॉस्पिटलमधला डॉक्टर या नात्याने मी माझ्या ड्यूटीवर असताना राउंड घेत होतो तेव्हाचं सगळं मला व्यवस्थित आठवतं आहे. ती या रुग्णाची शेवटची दुपार होती. मी त्याच्या खाटेजवळून जात असताना त्याने इशाऱ्यानेच मला बोलावलं. कसंबसं बोलायचा प्रयत्न करत तो म्हणाला की, वरिष्ठ फिजिशियनने सकाळी राउंड घेतला, तेव्हा त्याने त्यांचं बोलणं ऐकलं होतं. रुग्णाला मृत्यूपूर्वी काही तास होऊ घातलेल्या प्रचंड वेदनांतून मुक्ती मिळावी म्हणून शेवटच्या काही तासांत त्याला मॉर्फिनचं इंजेक्शन द्यायला प्राध्यापक जी. यांनी सांगतिलं होतं. तो पुढे म्हणाला की, त्या दिवशी रात्री बहुधा ती वेळ येईल, असं त्याला वाटत होतं, तर त्याने मला

तेव्हा दुपारीच म्हणजे माझ्या व्हिजिटच्या वेळीच ते इंजेक्शन द्यायची विनंती केली. जेणेकरून रात्रपाळीच्या परिचारिकेला पुन्हा तेवढ्यासाठी मला बोलवायला लागू नये आणि माझ्या रात्रीच्या झोपेत व्यत्यय येऊ नये. हा तरुण शेवटच्या घटकांमध्ये लोकांच्या गोष्टींत 'व्यत्यय' आणण्याऐवजी त्यांना कोणताही त्रास होऊ नये, याची मनापासून काळजी घेत होता! त्याने मोठ्या धिटाईने सगळ्या वेदना आणि यातना तर सहन केल्याच; पण आयुष्याच्या शेवटच्या घटकांमध्ये स्वतःच्या आधी इतरांचा विचार करण्याच्या इच्छेतून, त्या एका साध्या वाक्यातून त्याने व्यावसायिक यश नव्हे, तर किती अतुलनीय अशी मानवी कामगिरी साध्य केली होती!

आता जर मी म्हणालो की, जाहिरातीचे कोणतेही अत्युत्तम ग्राफिक्स, जगातले सगळ्यात सुंदर ग्राफिक्ससुद्धा (हा तरुण त्या क्षेत्रात असताना जर त्याने निर्माण केले असते तर), या तरुणाने त्याच्या जीवनाच्या शेवटच्या काही तासांत त्याच्या वागण्यातून, जे निव्वळ मानवी कृतीने साध्य केलं, त्याची बरोबरी करू शकणार नाहीत.

यावरून आपल्याला दिसतं की, आजारपणामुळे जीवनातला अर्थ निघून जातो, अस्तित्वाला काही अर्थ राहत नाही असं अजिबातच नाही. उलट, शक्यतांना विचारात घेता, काहीतरी अर्थपूर्ण प्रत्येक वेळी घडतंच. शरीराला काहीतरी दुखापत झाल्याने एखाद्याचं शारीरिक नुकसान झालं असलं, तरी त्यामुळे अर्थपूर्णतेचा ऱ्हास होणं गरजेचं नाही, हे आपल्याला पुढील उदाहरणावरून समजेल : मी ज्या हॉस्पिटलमध्ये काम करायचो तिथे एक दिवस ऑस्ट्रियातल्या एका अत्यंत नामांकित न्यायाधीशाला आणलं गेलं. आर्टरिओस्क्लेरॉसिसमुळे (धमन्या जाड आणि कडक होणं) मोठ्या प्रमाणावर सूज येऊन त्याचा एक पाय कापावा लागणार होता. शस्त्रक्रियेतून तो यशस्वीपणे बाहेर आला आणि मग एक दिवस उगवला जेव्हा त्याला एकाच पायाने पहिल्यांदा चालून पाहायचं होतं. माझ्या मदतीने तो पलंगावरून उठला आणि कष्टपूर्वक आणि दयनीय अवस्थेत एका पायावर चिमणीसारख्या उड्या मारल्यासारखा चालू लागला. मग अचानक त्याचा बांध फुटला आणि तो जगप्रसिद्ध म्हातारा माणूस माझा हात तसाच हातात ठेवून लहान मुलासारखा रडायला लागला : 'मला हे सहन होत नाही. असं अपंग होऊन जीवन जगण्यात काहीच अर्थ नाही,' तो कण्हत म्हणाला. मी त्याच्या डोळ्यांत डोळे घालून पाहिलं आणि ठामपणे पण जरा गमतीत म्हटलं : 'मिस्टर प्रेसिडेंट, मला सांगा, तुम्हाला कमी अंतराचा की लांब अंतराचा धावपटू म्हणून यशस्वी करियर करायचं आहे?' त्याने आश्चर्यानं माझ्याकडे पाहिलं. मी पुढे म्हणालो, 'कारण तसं असेल तर आणि केवळ तरच मला तुमची निराशा आणि मगासचं तुमचं विधान समजू शकतं. कारण, तसं असेल तरच तुम्ही तुमचा हुकमी एक्का टाकला आहे असं मी म्हणेन, कारण मग तुमचं जगणं, तुमचं यापुढचं आयुष्य तुम्हाला निरर्थक वाटू शकतं : कारण तुम्ही

यापुढे कमी किंवा जास्त अंतराचा धावपटू म्हणून काही करू शकणार नाही; पण त्यापलीकडे, तुमच्यासारख्या माणसाने, ज्याने त्याचं उभं आयुष्य अत्यंत अर्थपूर्ण रितीने व्यतीत केलं आहे आणि व्यावसायिक जगातही नाव कमावलं आहे, अशा माणसाने केवळ एक पाय गमावल्यामुळे त्याचं अख्खं आयुष्य निरर्थक कसं होऊ शकतं?' माझ्या म्हणण्याचा अर्थ त्या माणसाला लगेचच समजला आणि अश्रूंनी भिजलेल्या त्याच्या चेहऱ्यावर हसू उमटलं.

आजारपणामुळे अर्थपूर्णतेचा ऱ्हास होतोच असं मुळीच नाही; पण इतकंच नाही तर कधी कधी आजारपणामुळे एखादा फायदासुद्धा होतो. ही शक्यता तुम्हाला अधिक स्पष्टपणे कळावी म्हणून एका छळछावणीतलं उदाहरण मला तुम्हाला सांगावंसं वाटतं. तिथे मला एक तरुण स्त्री भेटली, जिला मी आधीपासून ओळखत होतो. मी तिला छळछावणीत पुन्हा भेटलो, तेव्हा ती भयंकर स्थितीत होती आणि तिला जीवघेणा आजार झाला होता, ज्याबद्दल तिलाही माहीत होतं; पण मृत्यूपूर्वी काही दिवस ती म्हणाली : 'मला इथे आणल्याबद्दल मी नशिबाचे आभार मानते. माझ्या पूर्वीच्या मध्यमवर्गीय आयुष्यात मला सुसंस्कृत बनायचं होतं; पण त्याविषयी मी कधीच फार गंभीर नव्हते; पण आता इथे काहीही असलं तरी मी आनंदात आहे. आता सगळंच गंभीर बनलं आहे आणि मला स्वतःला सिद्ध करता येईल; नव्हे, तसं मला करावंच लागेल.' ती हे बोलत असताना अतिशय खूश दिसत होती. इतकं आनंदी मी तिला पूर्वी कधीही पाहिलं नव्हतं. त्या प्रकारे ती नशीबवानच म्हणायला हवी. कारण, रिल्कंने प्रत्येक माणसाकडून जी अपेक्षा केली किंवा प्रत्येक माणसाला जे मिळावं अशी इच्छा धरली ते करण्यात तिला यश मिळालं होतं : 'तिला तिचं मरण आलं!'° दुसऱ्या शब्दांत सांगायचं तर जीवनाच्या संपूर्णतेत मृत्यूलाही अर्थपूर्ण तऱ्हेने समाविष्ट करून घेणं आणि हो, मृत्यूसमयीसुद्धा जीवनाच्या अर्थाची परिपूर्ती करणं.

काही लोक असे असतात, ज्यांना (जीवनाच्या संपूर्ण अर्थपूर्णतेमध्ये मृत्यूची अर्थपूर्णताही समाविष्ट आहे हे मान्य करून) आजारपणात किंवा मृत्यूमध्ये काहीच नुकसान वाटत नाही, उलट त्यांना त्यातून काहीतरी मिळेल असंच वाटतं, अगदी ती मिळालेली 'भेट' किंवा 'देणगी' आहे असंच वाटतं. अशा लोकांबद्दल त्यामुळेच आपल्याला यापुढे आश्चर्य वाटायचं कारण नाही. माझ्यासमोर इथे एका पत्राची मूळ प्रत आहे. हे पत्र मला लिहिलेलं नव्हतं, हे लक्षात घ्या, त्यामुळे मी त्यातल्या शब्दांचा माझ्या व्याख्यानात उदाहरण म्हणून वापर करेन, असं त्या पत्र लिहिणाऱ्याला अजिबातच माहीत नव्हतं; पण मी त्या पत्रातला आपल्या विषयाशी सुसंगत भाग वाचून दाखवण्यापूर्वी, मी जरा या गोष्टीची पार्श्वभूमी तुम्हाला सांगतो.

८	Allusion to: 'O Herr, gib jedem seinen eigenen Tod . . .' ('O Lord, give to each his own death...') देवा, प्रत्येकाला त्याचा त्याचा मृत्यू दे... रायनर मारिया रिल्कं यांच्या या पुस्तकातून – *Das Stundenbuch* (*The Book of Hours*), १९०५.

या मनुष्याला अचानक मज्जारज्जूच्या एका जीवघेण्या आणि तीव्र आजाराने ग्रासलं. जास्त चांगली काळजी घेतली जावी, या उद्देशाने तो व्हिएन्नापासून जवळच असलेल्या एका खेडेगावात एका मैत्रिणीच्या घरी राहायला गेला. त्याच्या मित्रांनी युरोपातल्या सर्वांत सुप्रसिद्ध वैद्यकीय तज्ज्ञांपैकी एकाचा सल्ला घेतला होता आणि त्याच्या मते या रुग्णाची शस्त्रक्रिया करता येण्यासारखी नव्हती. त्याच्या म्हणण्यानुसार अगदी शस्त्रक्रिया जरी केली तरी यश मिळण्याची शक्यता पाच टक्क्यांपेक्षा जास्त नव्हती. हे सगळं त्यांच्यातल्या एका मित्राने त्या मैत्रिणीला पत्रातून कळवलं, जिच्या घरी माझा तो रुग्ण राहत होता. ती मैत्रीण आणि तो रुग्ण एकत्र नाश्ता करत असताना तिच्या घरी काम करणाऱ्या बाईने अजाणतेपणाने ते पत्र ट्रेमध्ये ठेवून तिला आणून दिलं, तर माझ्या हातात आत्ता जे पत्र आहे त्यात या रुग्णाने हे सगळं वर्णन केलं आहे. त्यात तो पुढे लिहितो : त्यामुळेच ...ला मला ते ...ने लिहिलेलं पत्र दाखवावंच लागलं, ते अटळ होतं. नाहीतर तिला तिची अनेक वर्षांची सवय मोडावी लागली असती आणि मी या ना त्या प्रकारे पत्रात काय असेल या निष्कर्षाप्रत आलोच असतो. ... एक दिवस, माझ्या आठवणीप्रमाणे, मला एका मित्राने गळ घातली, की आपण पहिला बोलपट – *टायटॅनिक*[९] – बघायला ... इथे जाऊ. फ्रिट्झ कोर्टनरने व्हीलचेअरला खिळलेल्या, अर्धांगवायू झालेल्या कवीची भूमिका फारच चांगल्या प्रकारे निभावली होती. थोडाफार निष्फळ प्रयत्न केल्यानंतर तो आजूबाजूला पाण्याची पातळी वाढू देतो आणि नंतर प्रार्थना म्हणत, ठामपणे आणि निश्चयपूर्वक एका लहानशा गटाला त्यांच्या नशिबी आलेल्या मृत्यूपर्यंत सोबत करतो. हा सिनेमाचा पहिला अनुभव घेतल्यानंतर मला चांगलाच धक्का बसला होता. माझ्या मनात विचार आला की, मृत्यूला असं दृढपणे सामोरं जाणं ही नशिबानेच मिळालेली देणगी दिसतेय. आता मला माझ्या मृत्यूविषयी हीच देणगी लाभली आहे! माझ्यामध्ये जी हार न मानण्याची, लढाऊ वृत्ती आहे तिचा कस लागायची, तिची परीक्षा बघायची संधी पुन्हा मला मिळालेली आहे; पण सुरुवातीपासूनच ही लढाई जिंकण्याबद्दलची नसून, माझ्यातली अंतःस्थ शक्ती गोळा करण्याविषयीची आहे म्हणजे शेवटचा जिम्नॅस्टिकचा व्यायाम केल्यासारखं. मॉर्फिन घेतल्याशिवाय मला शक्य तितका जास्तीत जास्त काळ माझ्या वेदना सहन करायच्या आहेत. 'हार निश्चित असलेली लढाई लढणं...' या शब्दप्रयोगाला आपल्या जगाविषयीच्या दृष्टिकोनात जागाच नाही दिली पाहिजे! केवळ 'लढणं' हेच महत्त्वाचं आहे. प्रोफेसर ... यांचं मत उद्धृत केलेलं, ...कडून आलेलं पत्र वाचल्यानंतर आम्ही संध्याकाळी ब्रकनरची 'फोर्थ' नावाची रोमँटिक सिंफनी ऐकली. मंदपणे वाहणाऱ्या आणि शांत

---

९ इ.ए. ड्यूपाँ यांनी दिग्दर्शित केलेला सुरुवातीचा *अटलांटिक* (१९२९) हा बोलपट *टायटॅनिकवर* आलेल्या खेनर्थावरच्या नाटकावर आधारित होता. वेगळे नटनट्या घेऊन इंग्रजी, फ्रेंच आणि जर्मन भाषेतही या सिनेमाची व्हर्जन्स प्रदर्शित झाली.

अशा अवकाशाने माझ्यातला अणूरेणू भरून गेलाय, असं मला वाटत होतं. एक सांगतो, मी रोज गणितं सोडवतोय बरं का म्हणजे मी अजिबात भावूक, हळवा वगैरे झालो नाहीये. शुभेच्छा, तुझा ...'

मला बोलायला काय जातं आहे, अशी दूषणं आता तुमच्यापैकी कोणीच मला देऊ शकणार नाही. कारण, मृत्यूच्या द्वारातही आपली वृत्ती, आपला दृष्टिकोन पूर्वीप्रमाणेच ठेवणारा रुग्ण तुम्हाला बघायला आवडेल. कारण, तसं करणं शक्य आहे आणि म्हणूनच गरजेचं आहे असं मी यातून सांगत आहे : हे पत्र लिहिणाऱ्याला बोलणं सोपं नव्हतं आणि तरीही त्याने कृती केली आणि दाखवून दिलं की, त्याच्याकडून ज्याची अपेक्षा केली गेली ते त्याने सत्यात उतरवलं.

आजारपण किंवा मृत्यू यातून जो अर्थ प्राप्त होतो, त्यावर जगातल्या कोणत्याही बाह्य अपयशाचा काहीही परिणाम होत नाही. हे यश अंतर्गत असतं आणि बाह्य जगात अपयश आलं तरी ही अंतर्गत यशाची भावना तशीच अस्तित्वात राहते, हे तुम्हाला आता समजलं असेल. हे सगळं फक्त काही खास व्यक्तींच्याच बाबतीत होतं असं अजिबात नसून, आपल्या सगळ्यांच्याच आयुष्याला, संपूर्ण जीवनाला हे लागू होऊ शकतं, हेही तुम्हाला स्पष्ट झालं असेल. कारण, काहीतरी होऊन आपली सगळ्यांची अख्खी आयुष्यं ही शेवटी अपयशीच असतात. कारण, आपण फक्त बाह्य यशालाच यश मानतो : कोणतंही बाह्य यश, कोणताही परिणाम म्हणजे जगातला कोणताही जीवशास्त्रीय किंवा समाजशास्त्रीय प्रभाव, हा आपल्यानंतर टिकून राहील किंवा कायमस्वरूपी टिकून राहील, याची हमी देता येत नाही. मात्र अंतर्गत यश, जीवनाच्या अर्थाची अंतःस्थ परिपूर्ती या अशा गोष्टी आहेत, ज्या साध्य केल्या तर त्या 'एकदाच आणि कायमस्वरूपी' मिळवल्या असं होतं. हे ध्येय बऱ्याचदा आपल्या अस्तित्वाचा शेवट आला की मगच साध्य होतं, या वस्तुस्थितीमुळे काही जीवनाची अर्थपूर्णता कमी होत नाही. उलट आपला 'शेवट' हा खऱ्या अर्थाने पूर्तीचा क्षण होतो. दैनंदिन जीवनातली उदाहरणं घेऊन या गोष्टी दृश्यमान आणि विश्वासार्ह बनवणं खरोखरच अवघड आहे. या संबंधात, कला आपल्याला तशी जास्त संधी देऊ शकते. उदाहरणार्थ, वेरफेलच्या[१०] एका लघुकादंबरीची आठवण करून देतो. त्याचं नाव होतं *द मॅन हू कॉंकर्ड डेथ (Der Tod des Kleinbürgers)*. त्यात वेरफेलने एका लहानशा, बूझ्वर्, पारंपरिक, अतिसामान्य अशा मध्यमवर्गीय माणसाचं पात्र उभं केलं आहे, जो सतत दुःखाच्या आणि चिंतेच्या गर्तेत बुडालेला असतो. हा मनुष्य आजारी पडतो आणि त्याला हॉस्पिटलमध्ये नेतात. त्याला जर नूतन वर्षाच्या दिवसानंतर मरण आलं तर

---

१० फ्रान्झ वेरफेल (१८९०-१९४५), ऑस्ट्रियन-बोहेमियन कादंबरीकार, नाटककार आणि कवी.

त्याच्या कुटुंबाला विम्याचे पैसे मिळणार असतात आणि त्याआधीच मृत्यू झाला तर काहीच मिळणार नसतं आणि तो माणूस आपल्या येऊ घातलेल्या मृत्यूविरुद्ध एखाद्या 'हीरो'सारखी लढाई कशी लढतो ते यात वेरफेलने चित्रित केलं आहे आणि या मृत्यूशी दिलेल्या झुंजीमधून, नूतन वर्षाचा पहिला दिवस अनुभवण्याच्या अटोकाट प्रयत्नांमधून, आपल्या कुटुंबाला आर्थिक सुरक्षा मिळावी म्हणून केलेल्या धडपडीमधून हा साधा, सामान्य मनुष्य थोर कसा बनतो, त्याचं वर्णन केवळ एक कवीच करू जाणे किंवा टॉलस्टॉयची द डेथ *ऑफ इव्हान इलिच* ही कादंबरी आठवा; त्यातही साधारण समांतरच घटना घडते. यातही एका सामान्य मध्यमवर्गीय मनुष्याची कहाणी आहे, जो सुरुवातीला आपल्या येऊ घातलेल्या मृत्यूमुळे आणि त्यापूर्वींच्या आपल्या जीवनाच्या अनाकलनीय निरर्थकतेमुळे निराश, दुःखी होतो. मात्र याच निरर्थकतेमुळे आलेल्या नैराश्यामुळे त्याच्यात बदल होतो आणि या बदलामुळेच, हा बदल घडत असताना तो आत्मपरीक्षण करून त्याच्या व्यर्थ गतजीवनाला अर्थ देतो. खरंतर, तोवरचं आयुष्य निरर्थक असण्याच्या नेमक्या याच अनुभवामुळे तो त्याचं संपूर्ण आयुष्य अर्थपूर्ण करण्यासाठी वाहून घेतो.

एखाद्याचं आजारपणातलं आयुष्य किंवा मृत्यूच्या दारातलं आयुष्य हेसुद्धा मुळीच निरर्थक नसतं, हे जर आता सिद्ध झालं असेल, तर मग आपण या प्रश्नाकडे वळलं पाहिजे की, असाध्य रोगाने ग्रस्त असलेल्या किंवा मरणोन्मुख असलेल्या एखाद्या माणसाचं आयुष्य निरुपयोगी आहे, तो 'जगायला लायक नाही' असं म्हणण्याचा कोणालाही अधिकार कसा काय असू शकतो? इथे, आजारी माणसांच्या आयुष्याला व्यावहारिक मूल्य काय असू शकतं म्हणजे त्यांचा काय उपयोग होऊ शकतो, याकडे आपल्याला दुर्लक्ष करायचं आहे. खरंतर नवीन आजारांच्या, रोगांच्या शोधासाठी, नवीन उपचारांच्या शोधासाठी ते योगदान देऊ शकतात. मग आपल्याला ही मूल्यांकनाची भूमिका सुरुवातीपासूनच बाद का करायची आहे?

माझ्या मते, केवळ त्या आजारी माणसालाच अशी भूमिका घेण्याचा अधिकार आहे. त्याच्या दृष्टिकोनातून पाहता, एक आजारी मनुष्य म्हणून त्याच्या आयुष्याचं विज्ञानाकरता काय मूल्य असू शकतं असं विचारणं समर्थनीय असू शकतं. कारण, अनेक जण आपल्या मृत्यूनंतर विज्ञानाची सेवा म्हणून शरीररचनाशास्त्राच्या संस्थेला देहदान करतात. मात्र आमच्या दृष्टिकोनातून म्हणजे डॉक्टरांच्या दृष्टिकोनातून हे असं अति वस्तुनिष्ठपणे मानवाचं मूल्यांकन करणं अस्वीकाराह आहे. वस्तुनिष्ठपणा अर्थातच डॉक्टरांकरता सोयीस्कर असतो; वैद्यकीय क्षेत्रातल्या माणसाची वृत्ती ही नेहमीच रुग्णापासून एक अंतर राखून वागण्याचीच असते. हॉस्पिटलमध्ये एखाद्या डॉक्टरच्या राउंड्स कशा होतात याचा फक्त विचार करा. प्रत्येक रुग्ण हा त्या डॉक्टरकरता एक 'माणूस' नसतो तर केवळ एक 'केस' असतो. राउंडच्या

वेळी वरिष्ठ फिजिशियनला 'घेऊन जाणारा' साहाय्यक हा रुग्णाची ओळख करून देताना 'अमुकतमुक आजाराची केस' अशीच ओळख करून देतो. सर्वसामान्यपणे डॉक्टरही त्या त्या आजारावर उपचार करत असतात, त्या रुग्णावर नव्हे. आपण वारंवार 'ही अमुकतमुकची केस आहे', 'त्या केसला' असे उद्गार ऐकतो, 'या रुग्णाला...' वगैरे कधीच कोणी म्हणत नाही. 'ही केस अशी अशी आहे' असंच म्हणतात, 'या रुग्णाला असं असं झालं आहे' असं म्हणत नाहीत म्हणजेच इथे एखाद्या माणसाला असलेल्या आजाराकडे बघतच नाहीत, तर केवळ एक केस म्हणूनच पाहतात. ती एक विशिष्ट व्यक्ती नसून, केवळ एक कोणतीतरी केस असते, एखाद्या आजाराचं केवळ प्रतिनिधित्व करणारी केस किंवा अमुकतमुक मालिकेतला केस क्रमांक अमुकतमुक; 'रोगनिदानाचं केवळ शास्त्र'. वैद्यकीय परिभाषेत नकळतपणे आलेल्या या शब्दप्रयोगांवरूनच आपल्याला उघडपणे समजतं की, माणसाचं वस्तूकरण करणं आणि त्यांच्यापासून अलिप्त राहणं ही वृत्ती डॉक्टरांमध्ये किती खोलवर आणि सर्वत्र पसरलेली आहे.

एक चांगला डॉक्टर, जो आपल्याला एक चांगला माणूस म्हणून माहीत असेल, तो नेहमीच स्वतःला मानवतेच्या वस्तूकरणापासून दूर ठेवेल. त्याची वृत्ती ही जितकी वस्तुनिष्ठ बनू लागेल (आणि ती तशी होईलच. खासकरून मानसिक आजारांच्या रुग्णांबाबतीत), तितका तो स्वतःला पुन्हा मानवतावादी वृत्तीकडे झुकायची जबरदस्ती करू लागेल. काहीच नाही तर किमान तो अधूनमधून स्वतःला विचारेल : 'हो, ही स्किझोफ्रेनियाची केस आहे. आता, मी त्याच्या जागी असतो तर काय केलं असतं?' इथे आपल्याला अधिक खोलात शिरायचं नाही ही वेगळी गोष्ट; पण या पूर्णपणे वस्तुस्थितीसंबंधित वैज्ञानिक भूमिकेतून म्हणजे खरंतर वैद्यकीय भूमिकेतून दूर जाण्याचा, पुन्हा मानवी वृत्तीकडे येण्याचा जो बदल आहे, तो असं दाखवतो की, या डॉक्टरमधला जो 'माणूसपणा' आहे, त्यालाच पहिल्यांदा रुग्णातला 'माणूस' दिसतो (जे एखाद्या मानसोपचारतज्ज्ञासाठी सर्वांत जास्त महत्त्वाचं आहे) आणि इतकंच नाही तर यामुळे रुग्णातला 'माणूस'ही जागा होतो (जी मानसोपचारसेवेच्या क्षेत्रातली एक महत्त्वाची गोष्ट आहे).

जर एखाद्या आजारी माणसाच्या जीवनाच्या, केवळ समाजासाठी आणि वैज्ञानिक प्रगतीसाठी होणाऱ्या उपयोगाचा प्रश्न उपस्थित झाला, तर या प्रश्नातच अमानवी आणि म्हणूनच अवैद्यकीय दृष्टिकोन दिसून येतो, तसंच माणसाच्या अति वस्तूकरणाची आणि अधःपतनाची स्थिती दिसून येते, जी आपण सुरुवातीपासूनच नाकारत आहोत. मानसिक आजाराने ग्रासलेला एखादा रुग्णसुद्धा आमच्यासाठी केवळ एक आजार नसतो, पहिल्यांदा आणि सर्वांत महत्त्वाचं म्हणजे तो एक माणूस असतो म्हणजेच तो आजार 'झालेली' ती एक व्यक्ती असते. इतकं आजारी असूनसुद्धा त्याच्यात किती 'माणूसपण' असतं, आजारी असूनही आणि

आजारपणादरम्यानही ती व्यक्ती किती चांगली 'माणूस' असू शकते. अनेक वर्षांपूर्वी माझी एका वृद्ध स्त्रीशी ओळख झाली. ती अनेक दशकांपासून तीव्र स्वरूपाच्या मानसिक आजाराने ग्रासलेली होती. तिला सतत भास व्हायचे आणि तिच्या प्रत्येक कृतीवर टीका करणारे आवाज तिला ऐकू यायचे. ते तिची खिल्ली उडवायचे. खरोखरच फारच अस्वस्थ करणारी अशी तिची परिस्थिती होती; पण या भयंकर नशिबाला त्या स्त्रीने काय प्रतिसाद दिला होता! तिने आपलं नशीब अत्यंत चांगल्या प्रकारे स्वीकारलं होतं! ती स्वतःच्या परिस्थितीतचं वर्णन करताना अत्यंत शांतपणे संभाषण करत होती. ती अतिशय आनंदी होती. तिने स्वतःला चांगल्या प्रकारे, शक्य तितकं कामात व्यस्तसुद्धा ठेवलं होतं. मला तिचं फारच आश्चर्य वाटलं आणि तिला तिच्या स्थितीबद्दल काय वाटतं आणि अशा परिस्थितीतही ती हसतमुख कशी राहू शकते, हे सतत आवाज ऐकू येणं भयंकर नाही आहे का, असे प्रश्न मी जरा जपूनच तिला विचारले. तिचं उत्तर काय होतं? 'डॉक्टर, मी विचार करते की, देवा, आपण ठार बहिरे असतो तर! त्यापेक्षा आपल्याला आवाज तरी ऐकू येतायत हे किती बरं आहे!' आणि ती मिश्कीलपणे हसू लागली. आपल्याला मानलंच पाहिजे की, या एका वाक्यात किती मानवता, मानवी यश, किती चलाखी आणि शहाणीव भरलेली आहे!

उलट दुसऱ्या बाजूला, असाध्य रोगाने ग्रासलेल्या माणसांना, खासकरून असाध्य मानसिक आजाराने ग्रासलेल्या माणसांना केवळ त्यांच्या आजारपणाच्या निकषावरून जगण्याला नालायक ठरवलं गेलं, त्यांना नष्ट करायच्या धमक्या दिल्या गेल्या आणि मारूनही टाकण्यात आलं, या वस्तुस्थितीबद्दल आपल्याला काय म्हणायचं आहे हे आपण स्वतःला विचारू या. कारण, इतर बाबतीत अस्वीकाराह असलेल्या राजकीय विचारसरणीतला, असाध्य मानसिक आजाराने ग्रस्त लोकांना मारून टाकणं हा एकमेव समर्थनीय उपाय मात्र लोक 'अजूनही समजून घेऊ शकतात' असं आपण वारंवार ऐकतो आणि म्हणूनच अशा विधानांना अप्रत्यक्षपणे पाठिंबा देणाऱ्या गोष्टी आणि कारणं आपण तपासून पाहणार आहोत. त्यांना शक्य तितका सडेतोड प्रतिवाद करणार आहोत.

असाध्य मानसिक आजाराने ग्रासलेल्या ज्या लोकांची आयुष्य निरर्थक ठरवली गेली आहेत, त्यांना मारून टाकण्याचा आपल्याला अधिकार आहे का, याविषयी आपण प्रामुख्याने बोलणार असल्यामुळे, पहिल्यांदा आपण हे विचारलं पाहिजे : 'असाध्य, बरा न होणारा आजार म्हणजे काय?' तुम्ही या विषयातले तज्ज्ञ नाही आहात, त्यामुळे नीट न समजणारी आणि पडताळून पाहता न येणारी स्पष्टीकरणं देत बसण्यापेक्षा मी स्वतः पाहिलेल्या एका केसबद्दल मला सांगायला आवडेल. एका हॉस्पिटलमध्ये एकदा एक तरुण होता. तो 'सूंपर्ण 'दबलेल्या' अवस्थे'मध्ये होता : पाच वर्षांत तो एक शब्दही बोलला नव्हता आणि मदतीशिवाय

तो काहीही खाऊ शकायचा नाही, त्यामुळेच त्याच्या नाकातून नळी घालून त्याला अन्न द्यावं लागायचं. तो दिवसरात्र पलंगावरच झोपून असायचा, त्यामुळे त्याच्या पायातले स्नायू हळूहळू कमजोर होत गेले. या हॉस्पिटलमध्ये नेहमी होणाऱ्या डॉक्टरांच्या राउंड्‌सदरम्यान जर मी या केसकडे निर्देश केला असता, तर नेहमीप्रमाणे एका तरी विद्यार्थ्याने मला नक्कीच विचारलं असतं : 'डॉक्टर, खरं खरं सांगा; पण अशा माणसाला मरू देणं हे जास्त चांगलं नाही का?' या प्रश्नाचं उत्तर काळानेच चांगलं दिलं. कारण, एक दिवस अचानक कोणत्याही दृश्य कारणाशिवाय, आपला हा रुग्ण उठून बसला आणि इतर लोकांप्रमाणे जेवता येईल का, असंही त्याने परिचारिकेला विचारलं. इतकंच नाही, तर त्याने पलंगावरून उतरून चालायचा व्यायाम करण्यासाठी मदतीची विनंतीही केली. त्याच्या स्थितीना निराळ करता, इतर बाबतीतही तो अगदी 'नॉर्मल' वागत होता. हळूहळू त्याच्या पायातली शक्ती परत आली आणि केवळ काही आठवड्यांतच तो 'बरा होऊन' हॉस्पिटलमधून बाहेर पडला. त्यानंतर काही काळातच तो त्याच्या पूर्वीच्या व्यवसायात काम करू लागला आणि शिवाय व्हिएन्नातल्या एका प्रौढ शिक्षणाच्या विद्यालयात भाषण द्यायलाही जाऊ लागला. त्याने केलेल्या परदेशवाऱ्या, आल्प्स पर्वतातल्या गिर्यारोहण सफरी जिथून तो सुंदर छायाचित्रं आणायचा, यांविषयी तो भाषणं द्यायचा. एकदा मात्र मी त्याला आमंत्रित केल्यावर त्याने माझ्या मानसोपचारतज्ज्ञ सहकाऱ्यांच्या एका लहानशा गटासाठीसुद्धा बोलायला होकार दिला. हॉस्पिटलमधल्या त्या पाच वर्षांच्या कठीण कालखंडात त्याचं अंतर्गत जीवन कसं होतं, त्याच्या मनात काय चालू असायचं, याविषयी मी त्याला बोलायला सांगितलं होतं. या भाषणात त्याने त्या कालखंडातले विविध प्रकारचे अनेक रंजक अनुभव सांगितले. बाहेरून पाहता निष्क्रिय, हालचाल न करणाऱ्या (असं मानसोपचारतज्ज्ञ म्हणतात) या तरुणाच्या मनात किती आध्यात्मिक 'श्रीमंती' दडलेली होती, हे त्याने आम्हाला सांगितलं. इतकंच नाही, तर 'पडद्यामागे' म्हणजे त्याच्या मनात घडणाऱ्या कितीतरी गोष्टींचे, विचारांचे बारीकसारीक तपशीलही त्याने आम्हाला सांगितले, ज्याविषयी एखाद्या फार सजगपणे राउंड न घेणाऱ्या आणि फार लक्ष न देणाऱ्या डॉक्टरला बाहेरून पाहता कल्पनाही आली नसती. त्या रुग्णाला इतक्या वर्षांनंतरही त्या पाच वर्षांतल्या अनेक घटना लक्षात होत्या, हे पाहून तर तिथल्या परिचारिका चकित झाल्या असत्या. कारण, हा रुग्ण कधी बरा होईल आणि आपल्या आठवणी सांगेल, अशी त्यांनी अपेक्षाच केली नसणार.

असं समजू की, खरोखरच एखादी केस ही सार्वमतानुसार असाध्य आहे; पण ही केस म्हणजेच त्या व्यक्तीला झालेला आजार खरोखरच किती काळ बरा होणार नाही हे कोण सांगू शकतं? आत्तापर्यंत असाध्य म्हणून गणले गेलेले मानसिक आजारही काही उपचारांनी पूर्ण बरे नाही, तरी किमान कमी करता येतात हे

आपल्याला मानसोपचाराच्या क्षेत्रामध्ये, खासकरून गेल्या काही दशकांत दिसून आलं आहेच ना? मग, आपल्यासमोर असलेल्या एखाद्या विशिष्ट आजाराच्या केससंबंधी जगाच्या कोणत्यातरी कोपऱ्यात, कोणत्यातरी हॉस्पिटलमध्ये उपचारांचं, थेरपीचं संशोधन चालू असेल आणि आपल्याला त्याची अजिबात कल्पना नसेल, असंही असू शकतं ना?

आता आपण स्वतःला विचारायला हवं : एखादा आजार किंवा रोग हा तात्पुरता नव्हे, तर कायस्वरूपी असाध्य आहे हे शंभर टक्के खात्रीने सांगू शकण्याइतके आपण सर्वज्ञ आहोत असं गृहीत धरलं, तर मग डॉक्टरला रुग्णाला मारून टाकायचा अधिकार कोण देईल? लोकांना मारून टाकण्यासाठी कधी समाजाने डॉक्टरांची नेमणूक केलेली असते का? उलट, लोकांचे जीव वाचवणं आणि जिथे लोकांना पूर्ण बरं करणं शक्य नसेल तिथे त्यांची जास्तीत जास्त काळजी घेण्याचं त्याचं काम असतं ना? (बऱ्याचशा मानसोपचार देणाऱ्या हॉस्पिटलांना *हीलिंग अँड केअर इन्स्टिट्यूशन्स*'म्हटलं जातं तो काही योगायोग नव्हे.) जे आजारी लोक स्वतःहून डॉक्टरकडे जातात किंवा ज्यांना विश्वासाने त्यांच्याकडे सोपवलं जातं, त्यांच्या 'असण्याचा किंवा नसण्याचा' निर्णय घेणारा न्यायाधीश हा नक्कीच डॉक्टर नसतो म्हणूनच सुरुवातीपासूनच खरोखरच असाध्य आजार असलेल्या किंवा तथाकथित असाध्य आजार असलेल्या रुग्णांच्या जीवनाचं मूल्य किंवा निरर्थकता याविषयी निवाडा देण्याचा डॉक्टरला कोणताही अधिकार नसतो आणि तसं त्याने गृहीतही धरू नये.

डॉक्टरचा हा 'अधिकार' (जो खरंतर त्याला नसतोच), तो जर कायद्याच्या पातळीपर्यंत (अलिखित कायदा का असेना) पोहोचला तर काय होईल, याची केवळ कल्पना करून पाहा. मी सांगतो : रुग्णांच्या आणि त्यांच्या नातेवाइकांच्या मनात वैद्यकीय व्यवसायाविषयी असलेला विश्वास कायमचा उडेल! कारण, डॉक्टर त्यांना बरं करणारा आणि मदत करणारा म्हणून समोर आला आहे की आधीपासूनच तो निवाडा करणारा आणि आपलं जीवन संपवणारा म्हणून आला आहे हे कोणाला कधी कळूच शकणार नाही.

आता तुम्ही कदाचित आणखी आक्षेप घ्याल : मी जे प्रतिवाद केले आहेत ते तितके चपखल नाहीत, अशी कदाचित तुम्ही भूमिका घ्याल. कारण, आपण प्रामाणिकपणे स्वतःला विचारायला हवं की, खरोखरच 'अनावश्यक', 'निरुपयोगी' व्यक्तींना नष्ट करायचा अधिकार डॉक्टरांना देणं हे सरकारचं कर्तव्य आहे की नाही. शेवटी, 'मुळीच उत्पादनक्षम नसलेले' हे लोक, जे इतर निरोगी आणि जगायला लायक असलेल्या लोकांच्या वाटचं अन्न खातात, त्यांच्या ओझ्यापासून समाजाला जनतेचा पालनकर्ता असलेलं सरकार मुक्ती देऊ शकतं, हे कल्पना करण्याजोग आहे.

आपण ज्या युक्तिवादाविषयी चर्चा करत आहोत, त्याबद्दल बोलताना अन्न, हॉस्पिटलमधल्या खाटा, डॉक्टर आणि परिचारिकांचं काम या संसाधनांचा विचार करणं अप्रासंगिक होईल : जे सरकार इतक्या वाईट आर्थिक परिस्थितीत आहे की, त्यांना इथे उल्लेख केलेली संसाधनं वाचवण्यासाठी समाजात असलेल्या असाध्य आजारी अल्पसंख्य नागरिकांना नष्ट करण्यावर अवलंबून राहावं लागत आहे, ते सरकार आधीच आर्थिकदृष्ट्या डबघाईला आलं आहे, असंच म्हणावं लागेल.

याच प्रश्नाची दुसरी बाजू तपासताना म्हणजेच असाध्य आजार असलेले रुग्ण समाजासाठी कोणत्याच दृष्टीने उपयोगी नसतात आणि त्यामुळे त्यांची काळजी घेत राहणं ही 'अनुत्पादनक्षम' सेवा होते, याबद्दल बोलताना आपण एक गोष्ट लक्षात घेतली पाहिजे की, एखाद्या व्यक्तीचा विचार करताना ती व्यक्ती समाजासाठी किती उपयोगी आहे, हा एकच समर्थनीय निकष कधीच असू शकत नाही. याविषयीचा पुरावा शोधणं काहीच अवघड नाही : मानसोपचार देणाऱ्या संस्थांमध्ये डिमेन्शिया म्हणजे विस्मरण झालेले रुग्ण तिथली दैनंदिन साधीसोपी कामं करत असतात. फरशा भरलेल्या ढकलगाड्या इकडून तिकडे नेणं असो किंवा भांडी घासणं असो, हे लोक आपल्या आजी-आजोबांपेक्षा कितीतरी जास्त उत्पादनक्षम असतात. आपले आजी-आजोबा त्यांची म्हातारपणाची वर्षं अतिशय अनुत्पादनक्षम अवस्थेत काढतात आणि केवळ ते तसे आहेत म्हणून त्यांना मारून टाकावं, असं म्हटल्यास हेच लोक विरोध करतील जे एरवी अनुत्पादनक्षम जीवन संपवण्याची वकिली करत असतात. फारशी हालचाल करता न येणारी एखादी आजीबाई रोज घरी खिडकीपासच्या खुर्चीत बसून पेंगत असते, तिचं आयुष्य किती अनुत्पादनक्षम आहे विचार करा आणि तरीही : तिच्या आवतीभोवती तिच्या घरचे लोक असतात, तिची मुलंबाळं, नातवंडं तिची काळजी घेऊन तिचे लाड पुरवत असतात! या प्रेमाच्या गोतावळ्यात ती एकमेवाद्वितीय आजी असते – त्यापेक्षा जास्त किंवा कमी कोणी नाही; पण तसं पाहिलं, तर एखादी नोकरी करणारी व्यक्ती जितकी गरजेची असते आणि समाजाची सेवा करायच्या बाबतीत तिची जागा कोणी दुसरं घेऊ शकत नाही, त्याचप्रमाणे या प्रेमामध्ये ती आजी या नोकरी करणाऱ्या व्यक्तीइतकीच गरजेची असते आणि तिची जागा दुसरं कोणीही घेऊ शकत नाही! माझ्या पहिल्या भाषणात आपण पाहिलं की, प्रत्येक माणूस वेगळा आणि एकमेव असतो. या वेगळेपणाच्या गुणामुळेच प्रत्येक माणसाला एक मूल्य प्राप्त होतं. हे मूल्य समाजाशी संबंधित असायला हवं, ज्या समाजात हा वेगळेपणा मूल्यवान समजला जातो. त्या वेळी आपण सगळे प्रामुख्याने समाजाची सेवा करण्याच्या दृष्टीने या मूल्याचा विचार करत होतो; पण आता आपण पाहू शकतो की, एखादी व्यक्ती ही एक वेगळी आणि एकमेव असा माणूस म्हणून दुसऱ्या एका मार्गाने परिणामकारक बनू शकते. इथे त्या माणसाच्या व्यक्तिमत्त्वाचं मूल्यही ओळखलं जातं आणि त्याच्या वैयक्तिक,

विशिष्ट अशा जीवनाच्या अर्थाचीही परिपूर्ती होते : हा दुसरा मार्ग म्हणजे प्रेमाचा मार्ग किंवा त्याहून चांगलं म्हणजे दुसऱ्यांनी आपल्यावर प्रेम करणं. हा कमी-अधिक प्रमाणात निष्क्रिय असा मार्ग आहे, यात स्वतः फार प्रयत्न करावे लागत नाहीत, दुसऱ्यांनी आपल्यावर प्रेम करण्यासाठी काही खास करावं लागत नाही. एरवी एखाद्याला काहीही काम करताना किंवा नोकरी करताना ज्या गोष्टींसाठी खूप प्रयत्न, कष्ट करावे लागतात, ती आता आपणहून त्याच्याकडे येते. एरवी त्याला ज्या गोष्टी साध्य करण्यासाठी झगडावं लागलं असतं, जास्तीत जास्त चांगली कामगिरी करून दाखवून एखादी गोष्ट मिळवावी लागली असती, ती दुसऱ्यांनी प्रेम करण्याच्या या मार्गावर त्याला सहजसाध्य होते, ती त्याला कष्टपूर्वक कमवावी लागत नाही : अर्थातच, कोणीच प्रेम कमावू शकत नाही. कारण, प्रेम हे 'बक्षीस' नसून एक 'आशीर्वाद' आहे. अशा प्रकारे, प्रेमाच्या या मार्गावर एखाद्या माणसाला इतरांच्या 'कृपेने' अशा गोष्टी मिळतात, ज्यांच्यासाठी त्याला एरवी खूप कष्ट करावे लागले असते किंवा खूप काम करावं लागलं असतं : या गोष्टी म्हणजे आपण वेगळे आणि एकमेवाद्वितीय आहोत हे लक्षात येणं. कारण, प्रेमाचं हेच वैशिष्ट्य आहे की, त्यामध्ये आपलं ज्यांच्यावर प्रेम असतं, त्या व्यक्तींचा वेगळेपणा आणि स्वतंत्र व्यक्तित्व आपल्याला दिसतं.

आता मी पुढच्या युक्तिवादासाठी तयारीत आहे : मी जे जे काही म्हणालो आहे, ते सर्वसामान्यपणे लागू होत असेल; पण जे बिचारे लोक काही कारणाने केवळ नावालाच 'माणूस' आहेत – कदाचित, अत्यंत तीव्र स्वरूपाच्या मानसिक अक्षमतेने ग्रस्त लहान मुलं, कदाचित त्यांच्याकरता माझं म्हणणं सत्य नसेलही; पण याच मुलांचे पालक किती हळुवारपणे त्यांची काळजी घेतात आणि त्यांच्यावर किती खास प्रेम करतात हे पुन्हा पुन्हा दिसून येतं, असं जर मी तुम्हाला सांगितलं तर तुम्हाला आश्चर्य वाटेल (अनुभवी मानसोपचारतज्ज्ञाला अजिबात आश्चर्य वाटणार नाही). कुप्रसिद्ध 'युथेनेशिया' म्हणजे 'दयामरण' कार्यक्रमादरम्यान आपलं मूल गमावलेल्या एका आईने लिहिलेल्या पत्रातला एक भाग वाचायची मला परवानगी द्या : 'गर्भाशयातच कवटीच्या हाडांमध्ये व्यंग निर्माण झाल्यामुळे, माझं बाळ ६ जून १९२९ रोजी असाध्य आजाराने ग्रस्त म्हणून जन्माला आलं. मी त्या वेळी अठरा वर्षांची होते. माझं माझ्या बाळावर निरतिशय प्रेम होतं आणि मला तिचं फार कौतुक होतं. त्या बिचाऱ्या जीवाला मदत करण्यासाठी मी आणि माझ्या आईने शक्य तितकं सगळं केलं; पण काही उपयोग झाला नाही. माझ्या बाळाला चालता किंवा बोलता यायचं नाही; पण मी तरुण होते आणि खूप आशावादी होते. माझ्या लाडक्या बाळासाठी पौष्टिक पूरक आहार आणि औषधं विकत घेता यावीत, यासाठी मी दिवसरात्र काम करायचे. जेव्हा मी तिचे लहानसे बारकुडे हात माझ्या गळ्यात टाकून तिला म्हणायचे, ''बाळा, तुला मी आवडते का गं?'' तेव्हा ती

मला घट्ट मिठी मारायची, हसायची आणि जमेल तसे माझ्या चेहऱ्यावरून तिचे हात फिरवायची. त्या वेळी हे सगळं असं असूनसुद्धा मी आनंदात असायचे, अपरिमित आनंदात.'

पण तुमचे आणखी काही आक्षेप आहेत, असं मला वाटत आहे. कारण, शेवटी तुम्ही म्हणू शकता की, वर सांगितलेल्या मानसिक आजारांच्या केसेसमध्ये, जो डॉक्टर असाध्य आजार झालेल्या रुग्णाला मारून टाकतो, तो शेवटी त्या संबंधित रुग्णाच्या समजून घेतलेल्या इच्छेचा प्रतिनिधी म्हणून कृती करत असतो. कारण, असं असतं की, त्या रुग्णांची इच्छा ही संतुलित मनाची नसते, त्यांना स्वतःच्या इच्छा समजत नाहीत आणि आपलं भलं कशात आहे हेही त्या मानसिक आजारामुळे कळत नाही. या कारणामुळे तो डॉक्टर त्यांच्या इच्छेचा पक्षात बनला पाहिजे आणि हे केवळ समर्थनीयच नाही, तर त्यांना मारून टाकायला तो जणू बांधीलच आहे.

जर नीट समजून घेतलं तर आपल्या लक्षात येईल की, अशा प्रकारे मारून टाकणं हा आत्महत्येला पर्याय होईल म्हणजे त्या रुग्णाला जर आपल्या स्थितीचं सत्य कळत असतं तर त्याने स्वतःच तो पर्याय निवडला असता, असं म्हणता येईल.

तुमच्या या युक्तिवादावर उत्तर देण्यासाठी मी अनुभवलेल्याच आणखी एका केसबद्दल मला तुम्हाला सांगायला आवडेल : सुरुवातीच्या काळात एक तरुण डॉक्टर म्हणून मी एका 'जनरल इंटर्नल मेडिसिन'च्या दवाखान्यात काम करत होतो. तिथे एक दिवस माझाच एक तरुण सहकारी दाखल झाला. त्याने आधीच स्वतःच्या आजाराचं निदान केलेलं होतं. त्याला एक अत्यंत धोकादायक, शस्त्रक्रिया न करता येणारा, नेहमीपेक्षा वेगळ्या प्रकारचा आणि घातक असा कर्करोग झाला होता आणि त्याने केलेलं हे निदान अचूक होतं! हा एक विशेष प्रकारचा कर्करोग होता, ज्याला वैद्यकीय भाषेत मेलॅनोसार्कोमा म्हणतात. मूत्राच्या एका विशिष्ट अशा रासायनिक तपासणीतून याचं निदान करता येतं. अर्थातच आम्ही त्या रुग्णाला फसवायचा प्रयत्न केला : आम्ही त्याच्या मूत्राचा नमुना आणि दुसऱ्या एका रुग्णाचा मूत्राचा नमुना यांची अदलाबदल केली आणि मग त्याचा निगेटिव्ह रिझल्ट त्याला दाखवला; पण त्याने काय केलं? एक दिवस मध्यरात्री तो गुपचूप लॅबमध्ये गेला आणि त्याने स्वतःच स्वतःच्या मूत्राचा नमुना घेऊन पुन्हा चाचणी केली. दुसऱ्या दिवशी डॉक्टरांच्या राउंडदरम्यान त्याने पॉझिटिव्ह आलेला रिझल्ट दाखवून आम्हालाच चकित केलं. आम्हाला फारच शरम वाटली. आता तो आमचा सहकारी आत्महत्येशिवाय दुसरं काय करणार असंच आम्हाला वाटलं होतं. त्याला आम्ही सतत हॉस्पिटलमध्ये तर थांबवून ठेवू शकत नव्हतो. जेव्हा जेव्हा त्याला थोड्या वेळासाठी त्याच्या आवडत्या कॅफेमध्ये जायची परवानगी मिळायची, तेव्हा दर वेळी आम्ही तणावात असायचो की, हा कॅफेच्या शौचायलात जाऊन विषप्राशन तर करणार नाही ना;

पण खरं काय घडलं? जसजसा त्याचा आजार बळावला आणि उघडपणे लक्षणं दिसू लागली, तसतसा त्याचा स्वतःच्या निदानावरचा विश्वास कमी कमी होऊ लागला. नंतर तो कर्करोग त्याच्या यकृतातही पसरला, तरीही हा यकृताचा काहीतरी किरकोळ आजारच असेल, असं तो गृहीत धरत होता म्हणजे नक्की काय झालं होतं? जसजसा या गृहस्थाचा शेवट जवळ येत होता, तसतशी त्याची जगण्याची इच्छा बळावत चालली होती आणि त्याच वेळी तो जीवनाचा दिसणारा शेवट मान्य करेनासा झाला होता. तुम्ही याकडे कसंही पाहा, वस्तुस्थिती हीच आहे की, त्याची जगण्याची इच्छा उफाळून आली होती आणि यातून आपल्याला कायमचं आणि स्पष्टपणे लक्षात आलं पाहिजे (आणि हे यासारख्या सगळ्याच केसेसना लागू होतं) की, कोणत्याही रुग्णाची जगण्याची इच्छा नाकारण्याचा आपल्याला कोणताही अधिकार नाही!

काही वेळा एखादा रुग्ण त्याच्या किंवा तिच्या कृतीतून दाखवून देतो की, त्याला किंवा तिला आता जगायची इच्छा नाही आहे. आम्हा डॉक्टरांसमोर कधी कधी अशा आधीच *ठरलेल्या* केसेस येतात. मात्र त्या परिस्थितीतही मी माझ्या याच विधानावर ठाम राहीन. इथे मला सांगायचं आहे ते आत्महत्यांबद्दल. माझी अशी भूमिका आहे की, अगदी प्रत्यक्ष आत्महत्येचा प्रयत्न केलेल्या केसमध्येही डॉक्टरला वैद्यकीयदृष्ट्या मध्ये पडायचा म्हणजेच त्या माणसाचा जीव वाचवायचा आणि त्याला शक्य तितकी मदत करायचा केवळ अधिकारच नाही तर ते डॉक्टरचं कर्तव्य आहे. एकेकाळी हा प्रश्न अप्रासंगिक वाटला नसता. बऱ्याच वर्षांपूर्वी, झोपेच्या गोळ्या घेऊन विषप्राशन केलेल्या अत्यंत तीव्र स्वरूपाच्या केसेसनाही कसं वाचवायचं यावर मी एक पद्धत विकसित करण्यात सहभागी होतो. अशा केसेसमध्ये त्यापूर्वी ज्ञात असलेले सगळे उपचार करूनही काहीच फायदा व्हायचा नाही. माझ्या काही सहकाऱ्यांनी याविरोधात आवाज उठवला होता. त्यांच्या मते ज्या लोकांचा आत्महत्या करण्याचा निर्णय मानवी दृष्टिकोनातून पाहिल्यास समजण्याजोगा होता, (अत्यंत भयानक परिस्थितीच्या तोंडावर एका विशिष्ट गटाच्या लोकांमध्ये आत्महत्या करण्याची साथ पसरली होती)११ त्यांना पुन्हा 'जीवनदान' देण्याचा किंवा आयुष्यात पुन्हा ओढून आणण्याचा मला कोणताही अधिकार नव्हता. त्यांचा युक्तिवाद असा होता की, मी जे करत होतो ते म्हणजे नशिबाची जागा घेण्यासारखं होतं. मी मात्र माझ्याच दृष्टिकोनावर ठाम राहिलो. माझी मदतनीससुद्धा वारंवार माझ्या या दृष्टिकोनाला विरोध करत असायची, तरीही मी माझ्या तत्त्वावर ठाम राहिलो होतो. एक दिवस आत्महत्येचा प्रयत्न केला म्हणून तिलाच हॉस्पिटलमध्ये दाखल केलं गेलं : तिच्या केसमध्येही मी माझ्या तत्त्वाला धरूनच वागलो आणि

---

११ १९३८च्या *क्रिस्टालनाख्टनंतर* (नोव्हेंबर प्रोग्राम्स) व्हिएन्नात अडकलेल्या ज्यू लोकसमूहाबाबत लेखक बोलत आहे.

तिच्या केसमध्येही मी माझी पद्धत वापरली आणि यश मिळवलं; पण मला धन्यवाद वगैरे काही मिळाले नाहीत, हे नक्की. माझ्या पद्धतीवर टीका करणाऱ्यांना मी नैतिक दृष्टिकोनातून (अर्थातच, वैद्यकीय दृष्टिकोनातून टीका केली असती, तर ती उभीच राहिली नसती) असं काहीसं समजावलं : मी नशिबाची भूमिका करत नाही आहे, तर जो डॉक्टर आत्महत्येचा प्रयत्न केलेल्या केसला नशिबाच्या हवाली सोडून देतो, तोच नशिबाची भूमिका बजावत असतो. तोच नशिबाला मोकळं रान देतो आणि त्याला मध्ये पडून काहीतरी मदत करता येण्याची शक्यता असली तरी तो हातावर हात ठेवून नुसता बसून राहतो. कारण, जर 'नशिबाला' वाटलं असतं की, एखाद्या माणसाची आत्महत्या यशस्वी करू, तर नक्कीच नशिबाने वेगवेगळे मार्ग शोधून त्या मरणोन्मुख माणसाला वेळ निघून जायच्या आधी डॉक्टरपर्यंत पोहोचू दिलं नसतं. मात्र, एकदा का एखादा रुग्ण डॉक्टरच्या हाती आला की, मग त्या डॉक्टरने डॉक्टरसारखंच वागलं पाहिजे आणि त्याने या *विशिष्ट* नशिबाच्या म्हणजेच 'दयावान' नशिबाच्या हाती स्वतःला झोकून नाही दिलं पाहिजे.

मला आशा आहे की, दयामरणाला पाठिंबा देणाऱ्या सगळ्या तथाकथित युक्तिवादांविषयी केलेल्या चर्चेतून मी तुम्हाला आता दाखवून दिलं आहे की, अस्तित्वाची अर्थपूर्णता किती निरपेक्ष असते आणि म्हणूनच आपला जीवनावर असणारा विश्वास किती अढळ असतो. सुरुवातीला आपल्याला एकंदर आयुष्य अर्थपूर्ण वाटलं आणि नंतर समजलं की, यातनासुद्धा या अर्थपूर्णतेमध्ये योगदान देतात आणि त्या जीवनाच्या अर्थपूर्णतेचा एक भाग असतात. मग आपण पाहिलं की, मृत्यू हासुद्धा अर्थपूर्ण असतो, 'प्रत्येकाला त्याचं त्याचं मरण येणं' हे अर्थपूर्ण असू शकतं. शेवटी आपण पाहिलं की, आजारी, असाध्य आजार झालेल्या, हो, असाध्य मानसिक आजार झालेल्या व्यक्तीलासुद्धा 'जगायला नालायक' असं ठरवण्याचा आणि त्यांचा जगण्याचा हक्क हिरावून घेण्याचा अधिकार कोणालाही नसतो, तर अशा प्रकारे, आपण जीवनाच्या अर्थाविषयीच्या प्रश्नाचा वेगवेगळ्या दृष्टिकोनातून थोडाफार ऊहापोह केला आहे. आपल्या मुख्य निष्कर्षाच्या कच्च्या परीक्षणात, आपल्याला सर्वांत महत्त्वाचं काय आठवतं, तर हेच की, आपल्याला प्रश्न विचारले जाणं हाच जीवनाचा अर्थ आहे. आपण कोणत्याही समर्थनीय पद्धतीने जीवनाच्या अर्थाविषयी विचारू शकत नाही. कारण, जीवनाच्या प्रश्नांना आपण उत्तरं देणं या कृतीमध्येच अर्थपूर्णतेचं अस्तित्व असतं; पण आपण म्हणालो की, जीवनाच्या विशिष्ट प्रश्नांना आपण जी उत्तरं देतो, ती केवळ शब्दांत असू शकत नाहीत, तर ती कृतींतून द्यावी लागतात आणि याहीपेक्षा जास्त म्हणजे : ही उत्तरं आपल्या जगण्यात, आपल्या संपूर्ण अस्तित्वातच असतात! आपल्याला हे जाणवलं की, 'आपल्या आयुष्याचे' प्रश्न फक्त आपणच सोडवू शकतो आणि तसं करण्यासाठी 'आपल्या स्वतःच्या आयुष्याची' जबाबदारी प्रत्येकाने स्वीकारली पाहिजे.

निष्कर्ष काढताना आपण एक गोष्ट लक्षात ठेवली पाहिजे. अर्थपूर्णतेविषयीचा जो मूळ प्रश्न आहे, त्याला एक वेगळा भावसुद्धा देता येऊ शकतो, त्याचा वेगळा अर्थसुद्धा काढता येऊ शकतो म्हणजेच तो प्रश्न संपूर्ण जगाशी संबंधित विचारला जाऊ शकतो, खासकरून आपल्या बाबतीत काय घडतं, नशिबामुळे आपण आपोआप आणि अटळपणे कशाला सामोरे जातो. आपण नशीब बदलू शकत नाही. नशीब म्हणजेच आपला ज्यावर कोणताच ताबा नाही ती गोष्ट; अशी गोष्ट जी आपल्या इच्छाशक्तीच्या बाहेरची असते. अर्थातच, आपण एक गोष्ट पाहिली की, आपण आपल्या बाह्य नशिबाला कसं तोंड देतो आणि जेव्हा आपण नशिबाला आकार देऊ शकत नाही किंवा जेव्हा ते सुरुवातीपासूनच अटळ असतं, तेव्हा आपण कसे वागतो, यावर आपल्या आयुष्याची अर्थपूर्णता बऱ्यापैकी अवलंबून असते; पण एक पाऊल पुढे जाऊन आपण स्वतःला असं विचारायला हवं की, हे शुद्ध, सत्य असं प्राक्तन आणि त्याबरोबरच त्यापलीकडे संपूर्ण विश्वात जे काही चाललं आहे, त्या सगळ्याला काही अर्थ आहे, हे आपल्याला पटतं का?

मला वाटतं की, या ठिकाणी आपल्यासमोर दोन प्रमुख पर्याय आहेत. हे दोन्ही पर्याय खोडून काढता न येणारे आणि सिद्धही न करता येणारे आहेत! कारण, अखेरीस आपण असं म्हणू शकतो की, सगळं काही शेवटी निरर्थक आहे किंवा असंही म्हणू शकतो की, सगळ्यामध्ये मोठा अर्थ दडलेला आहे. इतकंच नाही तर सगळं इतकं अर्थपूर्ण आहे की, आपल्याला या संपूर्णतेचा वैश्विक अर्थ समजू शकत नाही म्हणून खरंतर आपण केवळ 'जगाच्या अंतिम अर्थपूर्णते'बद्दलच बोलू शकतो म्हणूनच आपण जगाच्या संपूर्ण निरर्थकतेविषयी किंवा जगाच्या संपूर्ण अर्थपूर्णतेविषयी सारखंच समर्थन करून युक्तिवाद करू शकतो. या ठिकाणी 'सारखंच समर्थन' याचा अर्थ आहे : त्याच समर्थनीय किंवा असमर्थनीय तर्काने. वस्तुतः, आपल्याला जो निर्णय घ्यायचा आहे, तो आता तार्किक निर्णय नाहीच आहे, त्यामुळे एका बाजूसाठी आपण ज्या तार्किकपणे वाद घालू शकतो, त्याचप्रमाणे दुसऱ्या बाजूसाठीही घालू शकतो. तार्किकदृष्ट्या पाहता, आपल्या विचारपद्धतीसाठी दोन्ही शक्यता या विचारांच्या खऱ्याच शक्यता आहेत. इथे आपण ज्या निर्णयाविषयी बोलतो आहोत, तो तार्किकदृष्ट्या पाहता एक निराधार निर्णय आहे. त्याला पाया म्हणून काहीच नाही आणि त्याचा पाया म्हणजे काहीच नाही : या निर्णयात आपण शून्याच्या अवकाशात तरंगत राहतो; पण त्याच वेळी, या निर्णयात आपण अंतिम अर्थपूर्णतेच्या क्षितिजावर उभे असतो! कोणीही मनुष्य तार्किक नियमांच्या आधारे हा निर्णय घेऊ शकत नाही, तर तो केवळ स्वतःच्या अंतरीच्या गाभ्यातून हा निर्णय घेऊ शकतो. केवळ याच प्रकारे या किंवा त्या बाजूचा निर्णय घेता येऊ शकतो; पण आपल्याला एक गोष्ट मात्र माहीत आहे : एखाद्या मनुष्याने जर अंतिम अर्थपूर्णतेवर, अस्तित्वाच्या सर्वोच्च-अर्थावर विश्वास ठेवायचा ठरवला,

तर या विश्वासाचा इतर कोणत्याही विश्वासाप्रमाणे एक सर्जनशील परिणाम असेल. कारण, प्रत्येकाच्या 'आपल्या' सत्यामध्ये विश्वास हा केवळ विश्वास नसतो, तर तो खूप जास्त काही असतो : आपला ज्यावर विश्वास असतो, ते प्रत्यक्षात उतरतं! म्हणून आपण म्हणू शकतो : या एका विचारशक्यतेला अंगीकारलं, तर ते केवळ एका विचारशक्यतेला अंगीकारण्यापेक्षा अधिक असतं – ते असतं, केवळ विचार असलेल्या एका शक्यतेला प्रत्यक्षात आणणं.

एक महत्त्वाचा प्रयोग

बव्हेरियामध्ये, म्युनिकच्या पश्चिमेला ५० किलोमीटर अंतरावर लॉण्डुसबर्ग नावाचं एक लहानसं गाव आहे. त्याच्या दक्षिणेकडून ५ किलोमीटरवर असलेल्या मार्कट कॉफरिंग नावाच्या गावाकडे रस्ता जातो. गेल्या वर्षीच्या सुरुवातीला पहाटेच्या वेळी २८० पुरुष त्या रस्त्याने चालले होते. नाझी सैनिक त्यांना पाच-पाचच्या ओळींमध्ये चालवत होते : कॉफरिंगच्या छळछावणीमधल्या कैद्यांचा हा एक गट होता. त्यांना जवळच्याच एका जंगलात नेण्यात येत होतं. तिथे जंगलात त्यांना कोणालाही दिसणार नाही, असा एक प्रचंड मोठा युद्धसामग्रीचा कारखाना बांधायचा होता. फाटकेतुटके कपडे घातलेले, अत्यंत थकलेभागलेले हे लोक चालत होते. चालत कसले, खरंतर ते लंगडत, कसेबसे पाय ओढत होते. काही जण आधारासाठी एकमेकांना धरून फरपटत चालले होते. भुकेमुळे त्यांच्या शरीरातलं पाण्याचं प्रमाण अतिरिक्त झाल्याने त्यांचे पाय टरटरून फुगले होते. त्यांना आपल्या शरीराचं जेमतेम ४० किलो असलेलं वजनही पेलवत नव्हतं. दाब पडून पडून जखमा झाल्यामुळे त्यांचे पाय दुखरे झाले होते, कुरपं झाली होती आणि ते भेगळले होते. या माणसांच्या डोक्यात काय चाललं होतं? छळछावणीत रोज संध्याकाळी कामावरून परतल्यावर दिवसातलं एकमेव जेवण म्हणून त्यांना वाटण्यात येणाऱ्या सूपचाच विचार त्यांच्या मनात होता. त्या पाणचट सूपबरोबर त्यात तरंगणारा एखादा बटाटा पटकन घेता येणं आज त्यांच्या नशिबात असेल का, असा विचार त्यांच्या मनात घोळत होता. पुढच्या पंधरा मिनिटांत जेव्हा काम सुरू होईल, तेव्हा आपल्याला कोणत्या गटात पाठवलं जाईल, याचा ते विचार करत होते : अतिभयंकर फोरमनच्या हाताखाली काम करावं लागेल की आज त्यातल्या त्यात जरा बऱ्या स्वभावाच्या माणसाच्या हाताखाली काम मिळेल, हा विचार त्यांच्या मनात होता. छळछावणीतल्या कैद्यांच्या दैनंदिन अडचणींभोवतीच सगळ्यांचे विचार फिरत होते.

मग त्यातल्या एका माणसाला वाटलं की, हे सगळे विचार किती निरर्थक आहेत. त्याने हे विचार सोडून त्यांच्या वर जाण्याचा प्रयत्न केला. त्याने इतर विचार करायचा, जास्त सभ्य अशा मानवी चिंतांचा विचार करायचा प्रयत्न केला; पण त्याला ते तितकंसं जमलं नाही. मग त्याने एक युक्ती वापरली : त्याने या सगळ्या यातनामय आयुष्यापासून स्वतःला दूर करण्याचा प्रयत्न केला. स्वतःला वेगळं काढून

उंचावरच्या स्थानावरून आयुष्याकडे बघायचं किंवा भविष्यात असल्यासारख्या दृष्टिकोनातून बघायचं म्हणजे सैद्धान्तिक निरीक्षणातून भविष्याकडे पाहायचं. त्याने काय केलं? व्हिएन्नामधल्या एका प्रौढ शिक्षण विद्यालयात एका व्यासपीठावर तो उभा आहे, अशी त्याने कल्पना केली. तिथे तो एक व्याख्यान देत आहे आणि तो सध्या जे काही अनुभवत होता, त्याविषयीचं ते व्याख्यान आहे. मनातल्या मनात त्याने 'छळछावणीतली मानसिकता' यावर व्याख्यान दिलं.

त्या गटातल्या या माणसाकडे तुम्ही नीट निरखून पाहिलं असतं, तर तुमच्या लक्षात आलं असतं की, त्याने त्याच्या कोटाला आणि पँटला लहान लहान लिननचे तुकडे शिवले होते आणि त्यावर एक क्रमांक दिसत होता : १९९१०४. आणि जर तुम्ही दाखाऊ कॅम्पची नोंदवही पाहिली असता, तर तुम्हाला या क्रमांकाशेजारी त्या कैद्याचं नाव सापडलं असतं : फ्रँकल व्हिक्टर.

जे व्याख्यान या माणसाने त्या वेळी मनातल्या मनात दिलं होतं, ते आता पहिल्यांदाच मला खरोखरच व्हिएन्ना प्रौढ शिक्षण विद्यालयाच्या या खऱ्याखुऱ्या सभागृहात द्यायला आवडेल. मी सांगतो तुम्हाला त्याबद्दल! त्या भाषणाची सुरुवात अशी होती : छळछावणीच्या मानसिकतेत, तिथल्या कैद्यांनी छळछावणीतील जीवनाला दिलेला मानसिक प्रतिसाद पाहून आपल्याला त्याचे अनेक टप्पे स्पष्टपणे वेगळे कळू शकतात. पहिला टप्पा म्हणजे जेव्हा कैदी छळछावणीत दाखल होतात. हा टप्पा 'दाखल होण्याचा धक्का' या वैशिष्ट्याने ओळखता येऊ शकेल. कल्पना करा : समजा एका कैद्याला आउश्वित्झला पाठवलं गेलं आहे. मी ज्या रेल्वेतून गेलो, त्याप्रमाणेच तोही त्यातल्या ९५ टक्के लोकांपैकी असेल, तर त्याला रेल्वे स्टेशनवरून थेट गॅस चेंबरमध्ये नेण्यात येईल; पण जर माझ्याप्रमाणे नशिबाने उरलेल्या ५ टक्के लोकांपैकी तो असेल, तर त्याला पहिल्यांदा निर्जंतुकीकरणाच्या खोलीत म्हणजेच खऱ्या शॉवरखाली नेण्यात येईल... प्रत्यक्ष शॉवरच्या खोलीत जाण्यापूर्वी त्याच्याकडचं सगळंच्या सगळं काढून घेण्यात येईल. त्याला फक्त त्याच्या ब्रेसेस किंवा पट्टा किंवा कदाचित चष्मा किंवा ट्रस जवळ ठेवायची परवानगी मिळेल. मात्र त्याच्या शरीरावर एकही केस ठेवायची परवानगी त्याला मिळणार नाही. त्याला पूर्णपणे भादरण्यात येईल. जेव्हा तो एकदाचा शॉवरखाली उभा राहील, तेव्हा त्याचं अक्षरशः 'नग्न' अस्तित्व वगळता त्याच्या अख्ख्या पूर्वायुष्यातलं काहीही उरलेलं नसेल. आता तो अशा प्रत्यक्ष बिंदूवर उभा आहे की, जिथून तो छळछावणीच्या अनुभवाच्या पहिल्या टप्प्यात प्रवेश करणार आहे : तो आपल्या संपूर्ण पूर्व अस्तित्वावर काट मारतो.

कोणत्या प्रकारे आत्महत्या करता येईल, हा त्याचा पुढचा विचार असतो हे ऐकून कोणालाच आश्चर्य वाटणार नाही. खरं सांगायचं तर या परिस्थितीत असलेला प्रत्येक जण एकदातरी, क्षणभर का होईना, मनात हा विचार घोळवतोच की,

'पळत जाऊन वायरला धडकू या'. ही छळछावणीतली सर्वसामान्य पद्धत आहे : छावणीच्या हाय व्होल्टेजच्या तारांच्या कुंपणाला जाऊन स्पर्श करायचा. मात्र पुढच्याच क्षणी तो आपला इरादा सोडून देतो, केवळ या कारणास्तव की त्यात तसा अर्थ नाही. कारण, या परिस्थितीत आज ना उद्या गॅस चेंबरमध्ये न जाण्याची शक्यता इतकी कमी होती की, आत्महत्या करणं निरर्थकच होतं. जो माणूस कधी ना कधी गॅसमध्ये जाणारच आहे, त्याने तारेच्या कुंपणात पळत कशाला जायचं? आता त्याला 'तारेची' इच्छा धरायचं कारण उरत नाही, कारण आता त्याला भीती वाटायला 'गॅस' आहे; पण त्याने एकदा का 'तारेची' इच्छा मनात केली असली की, मग त्याला 'गॅस'ची भीती वाटायचं कारणच उरत नाही...

मी जेव्हा या गोष्टींबद्दल बोलतो, तेव्हा नेहमी हा एक अनुभव सांगतो : आम्ही आउश्विट्झमध्ये गेल्यावर पहिल्या सकाळी, काही आठवड्यांपूर्वी तिथे दाखल झालेला आमचा एक सहकारी आमच्या खोलीत गुपचूप आला. नवीन दाखल झालेले आम्ही सगळे एका स्वतंत्र झोपडीत होतो. त्याला आमचं सांत्वन करायचं होतं आणि आम्हाला सावधही करायचं होतं. सगळ्यात महत्त्वाचं म्हणजे त्याने आम्हाला हे समजावलं की, आम्ही आमच्या दिसण्याविषयी अत्यंत जागरूक राहायला हवं. वाट्टेल ते झालं तरी आम्ही काम करायला तंदुरुस्त आहोत, असं भासवायचा प्रयत्न करायला हवा. सैल बुटामुळे किंवा तत्सम किरकोळ कारणामुळे जरी एखादा लंगडला तरी तेवढं पुरेसं ठरू शकतं : एखाद्या नाझी अधिकाऱ्याने एखाद्या कैद्याला लंगडताना पाहिलं तर तो केवळ हातवाऱ्याने त्याला बाजूला करून थेट गॅस चेंबरमध्ये पाठवू शकतो. फक्त जे लोक काम करायला तंदुरुस्त आहेत तेच जगायला लायक समजले जातील, बाकी सगळे जीवन जगायला नालायक ठरवले जातील; जिवंत राहायला नालायक!

म्हणून माझ्या सहकाऱ्याने आम्हाला रोज दाढी करा, असं कळकळीने सांगितलं. कारण, कोणत्यातरी तात्पुरत्या बनवलेल्या हत्याराने म्हणजे उदाहरणार्थ काचेच्या तुटलेल्या धारदार तुकड्याने रोज दाढी करताना चेहऱ्याची त्वचा घासली गेली की, आम्ही लालेलाल दिसू आणि जास्त तरतरीत, निरोगी भासू.

मग त्याने आमच्या गटातल्या सगळ्यांचं नीट निरीक्षण केलं आणि आम्ही निरोगी असल्यासारखे वाटतोय ना आणि काम करायला तंदुरुस्त दिसतोय ना हे तपासलं. मग तो आम्हाला आश्वस्त करत म्हणाला : 'आत्ता तुम्ही सगळे माझ्यासमोर जसे उभे आहात, तसे असाल तर तुम्हाला लगेचच गॅस चेंबरमध्ये पाठवलं जाण्याची भीती वाटायचं कारण नाही. कदाचित, तुमच्यातल्या एकाच्या बाबतीत तसं होऊ शकतं... फ्रॅंकल, तू माझ्यावर रागावला नाहीस ना? पण तुझा एकंदर अवतार पाहता, या सगळ्यांपैकी तुझीच एकट्याची निवड होऊ शकते (छळछावणीत पुढच्या गटाबरोबर गॅस चेंबरमध्ये पाठवल्या जाणाऱ्यांसाठी 'निवड'

हा शब्द सर्वसामान्यपणे वापरला जायचा). मी त्याच्यावर अजिबातच रागावलो नव्हतो. कारण, त्या क्षणी मला समाधान वाटत होतं की, या प्रकारे जवळपास नक्कीच मला आत्महत्येचा प्रयत्न करावा लागणार नाही.

मग स्वतःच्या नशिबाविषयी वाटणारी बेपर्वाई किंवा उदासीनता अशीच पुढेही वाटत राहते. छळछावणीत दाखल झाल्यानंतर काही दिवसांतच कैद्याला भावनिकदृष्ट्या अधिकाधिक बधिरपणा येतो. त्याच्या आजूबाजूला घडणाऱ्या घटनांचा त्याच्यावर कमी कमी परिणाम व्हायला लागतो. याउलट पहिल्या काही दिवसांत त्याला खूप वेगवेगळे वाईट आणि अत्यंत तिरस्करणीय अनुभव येतात, त्यामुळे त्याच्या मनात भयंकर भीती, तिरस्कार, संताप आणि घृणा या भावना उत्पन्न होतात; पण या भावना कालांतरानं बोथट होत जातात आणि त्याचं समग्र अंतःस्थ जीवन हे किमान अस्तित्वापुरतंच उरतं, ज्याची बाहेरच्या जगातला कोणीही कल्पनाही करू शकणार नाही. त्यानंतर केवळ त्या त्या दिवसापुरतं जिवंत तगून राहण्यासाठीच सगळा विचार आणि प्रयत्न केले जातात. केवळ याच एका कारणाकरता सगळं आध्यात्मिक जीवनही खर्ची पडतं आणि तितकंच उरतं. आजूबाजूच्या सगळ्या गोष्टींसंबंधी कैद्याचा आत्मा स्वतःभोवती एक संरक्षक कवच निर्माण करतो, ज्या कवचातून एरवी भयंकर आणि त्रासदायक वाटणाऱ्या गोष्टी आतच शिरू शकणार नाहीत. अशा प्रकारे आत्मा स्वतःचं रक्षण करतो, त्याला चिरडून टाकणाऱ्या महाभयंकर शक्तीच्या समोर स्वतःला सुरक्षित ठेवतो, स्वतःचा तोल सावरायचा प्रयत्न करतो आणि स्वतःला वाचवण्यासाठी काहीही न वाटण्याच्या, उदासीनतेच्या भावनेत स्वतःला गुरफटून घेतो. अशा प्रकारे तो कैदी छळछावणीतल्या जीवनाला दिलेल्या मानसिक प्रतिसादाच्या दुसऱ्या टप्प्यात प्रवेश करतो : या टप्प्याला औदासीन्य किंवा निरुत्साहाचा टप्पा म्हणता येईल.

स्वतः जिवंत राहणं, सुरक्षित राहणं हेच तुमचं एकमेव ध्येय बनलं, स्वतःच्या आणि काही मोजक्या मित्रांच्या जिवांची सुरक्षितता यातच फक्त तुम्हाला रस उरला, तर तुमचं एक व्यक्ती म्हणून अंतःस्थ जीवन केवळ एखाद्या प्राण्याच्या पातळीपर्यंत खालावतं. आपण जर आणखी खोलात जाऊन पाहिलं, तर असंही म्हणू शकतो : कळपात राहणाऱ्या प्राण्याच्या पातळीला. याची सत्यता तपासून पाहायची असल्यास, छळछावणीतल्या कैद्यांचं वागणं नीट निरखावं लागेल. जेव्हा ते चालत जाण्यासाठी ओळीत उभे राहतात, तेव्हा ते पाच-पाचच्या ओळीच्या मध्यभागी उभं राहण्यासाठी धडपडतात, कारण जर ते घोळक्याच्या आणि ओळीच्या मध्ये असतील तर पहारेकऱ्यांच्या फार लाथा बसत नाहीत. आपल्याकडे लक्ष वेधलं जाऊ नये, कोणत्याही प्रकारे आपण नजरेत भरू नये, उलट गर्दीत अदृश्य होऊन जावं, याच दिशेने प्रत्येक माणसाचे प्रयत्न चालू असतात. मग, या गर्दीत बुडून जाण्यामुळे 'स्व'ची पातळी खालावणं, वैयक्तिक कक्षा खालावणं यात काहीच

आश्चर्य नाही. छळछावणीमध्ये मनुष्याला 'कळपातला पशू' बनण्याचा धोका होता. सर्वसाधारणपणे सगळी माणसं गर्दीतल्या एखाद्या प्राण्याइतकी आदिम पातळीला जायची. त्यांचं सगळं अस्तित्व, सगळ्या प्रेरणा आदिम व्हायच्या. हे इतकं आदिम बनायचं ते केवळ बळजबरीमुळे, त्यामुळेच आपल्याला सहज समजू शकतं की, छळछावणीतल्या माझ्या सहकाऱ्यांपैकी जे मनोविश्लेषक (सायकोऑनॅलिस्ट्स) होते, ते त्यांच्या भाषेत एका 'रिग्रेशन' विषयी म्हणजे प्रतिगमनाविषयी बोलायचे : प्रतिगमन म्हणजे मानवी मन आदिम पातळीपर्यंत, प्राण्यांच्या पातळीपर्यंत 'आक्रसणं'.

खरंतर कैद्यांच्या सर्वसाधारण स्वप्नांचं निरीक्षण केल्यास हे ठरवणं शक्य होतं की, आपल्या कोणत्या आदिम इच्छांना ते मनातल्या मनात शरण जात होते, तर छळछावणीत हे पुरुष जास्त करून कशाची स्वप्नं पाहत होते? स्वप्नं कायम तीच असायची : पाव, सिगारेट्स, चांगल्या प्रतीची कॉफी पावडर आणि सगळ्यात शेवटी पण महत्त्वाचं म्हणजे गरम पाण्याची मस्त अंघोळ (आणि मी स्वतः नेहमी एका विशिष्ट केकचं स्वप्नं पाहायचो).

पण तरीही माझ्या मानसशास्त्रीय विश्लेषक सहकाऱ्यांची एकाच बाजूला झुकलेली मतं मूलतःच चुकीची होती. छळछावणीतल्या अनुभवामुळे लोकांचं प्रतिगमन झालं आणि नशिबामुळेच गरज निर्माण झाल्याने लोकांना मनातून काही पावलं मागे जावं लागलं हे खरं नव्हे. मला अशा बऱ्याच केसेस माहीत आहेत आणि जरी त्या एकेकट्या असल्या तरी त्यांना मूलतः पुरावा म्हणून मूल्य आहे. या केसेसमधल्या लोकांचं मानसिक प्रतिगमन तर मुळीच झालं नाही, उलट त्यांची अंतर्गत वाढ आणि प्रगती झाली. ते 'स्व'मधून बाहेर पडले आणि त्यांना खराखुरा मानवी थोरपणा प्राप्त झाला आणि हे सगळं छळछावणीत असूनही झालं, किंबहुना छळछावणीचा अनुभव घेतल्यामुळेच झालं.

छळछावणीत राहून लोकांच्या मानसिक आणि आध्यात्मिक जीवनाचं काय झालं, याबद्दल मानसशास्त्राचे विश्लेषक नसलेल्या, इतर क्षेत्रांतल्या व्यक्तींनी काढलेले अर्थ वेगळे होते. लोकांच्या स्वभावाचे अभ्यासक म्हणजेच कॅरॅक्टरॉलॉजिस्ट असलेले प्राध्यापक (एमिल) उटिट्झ यांनी स्वतः अनेक वर्ष छळछावणीत काढली. त्यांचं म्हणणं होतं की, कैद्यांचा स्वभाव हा क्रेट्शमेर[१२] ज्याला 'शिझॉइड' म्हणतो त्या मानसिक प्रकारानुसार सर्वसामान्यपणे बदलत जातो. या प्रकारचं वैशिष्ट्य म्हणजे त्याने पीडित मनुष्याचं मन उदासीनता किंवा निर्विकारपणा आणि चिडचिड अशा दोन अवस्थांमध्ये दोलायमान होत असतं. दुसऱ्या सर्वांत महत्त्वाच्या प्रकाराचं

---

१२ अर्नस्ट क्रेट्शमेर (१८८८-१९६४) जर्मन मानसोपचारतज्ज्ञ. त्यांनी लोकांच्या शारीरिक चणीनुसार त्यांचं वर्गीकरण केलं आणि त्याचा संबंध स्वभाववैशिष्ट्यं आणि मानसिक आजार यांच्याशी लावला.

वैशिष्ट्य म्हणजे 'सायक्लॉइड' प्रवृत्ती[१३] म्हणजे एका क्षणाला 'स्वर्गीय आनंद साजरा करणं' आणि पुढच्याच मिनिटाला 'निराशेच्या गर्तेत'[१४] बुडून जाणं. दुसऱ्या शब्दांत सांगायचं, तर तो मनुष्य आनंद, उत्साह आणि निराशा, दुःख यांच्या कायमस्वरूपी चक्रात अडकलेला असतो. या मनोविकारात्मक (सायकोपॅथॉलॉजिकल) दृष्टिकोनाविषयी तज्ज्ञांसारखी चर्चा करण्याचं हे ठिकाण नव्हे. जे मूलतः महत्त्वाचं आहे, तितकंच मी सांगतो. उटिट्झला निरीक्षणाकरता जे 'साहित्य' मिळालं अगदी तेच मलाही मिळालं. त्यातून मी काढलेला निष्कर्ष उलटा आहे : छळछावणीतल्या मनुष्यावर त्या तथाकथित शिझॉइड प्रवृतीमुळे आपला अंतर्गत विकास टिपिकल 'केइलर' (छळछावणीतला कैदी) होण्याकडे वळवण्यासाठी कोणताही बाह्य दबाव किंवा बळजबरी नसते. उलट त्याला एक प्रकारचं स्वातंत्र्य असतं. असं मागनी स्वातंत्र्य, ज्याच्यामुळे तुम्ही तुमच्या नशिबानुसार, पर्यावरणानुसार या ना त्या प्रकारे अनुकूलन साधू शकता म्हणजेच जुळवून घेऊ शकता आणि खरोखरच 'हा किंवा तो' मार्ग होता! उदाहरणार्थ, छळछावणीत अशी माणसं होती, ज्यांनी त्यांच्या उदासीनतेवर, निर्विकारपणावर मात केली आणि चिडचिडेपणा दाबून टाकला आणि शेवटी 'वेगळ्या प्रकारे कृती करण्याच्या' त्यांच्या क्षमतेला आवाहन देण्याचाच प्रश्न उरला. 'एकाच पद्धतीने गोष्टी करण्याची' तथाकथित बळजबरी उरली नाही! नाझींना जरी लोकांकडचं सगळंच्या सगळं घेऊन टाकता येत होतं आणि तसं त्यांनी केलंही; पण ही अंतर्गत क्षमता, हे खरंखुरं मानवी स्वातंत्र्य ते लोकांपासून हिरावून घेऊ शकले नाहीत. लोकांना स्वतःजवळ ठेवू दिलेला चष्मा जरी नंतर पहारेकऱ्याने ठोसा मारताना फुटला किंवा कमरेचा चामडी पट्टा एके दिवशी पावाच्या एका तुकड्याच्या बदली द्यावा लागला आणि अखेरीस त्याच्यापाशी त्याच्या स्वतःच्या वस्तूंमधलं काहीही उरलं नाही, तरी हे स्वातंत्र्य मात्र त्याच्यापाशीच राहिलं. हे स्वातंत्र्य त्याच्या शेवटच्या श्वासापर्यंत अबाधित राहिलं! जरी एखादा माणूस छळछावणीच्या मानसशास्त्रीय अवस्थेचा एक भाग बनून गेला, तरी त्याला पर्यावरणाचा प्रभाव आणि सामर्थ्य झुगारून देण्याचं स्वातंत्र्य होतं आणि तिथल्या नियमांना शरण न जाता त्यांना विरोध करण्याचं, ते नियम डोळे झाकून पाळण्यापेक्षा त्यांच्या पाशातून बाजूला होण्याचं स्वातंत्र्य होतं. दुसऱ्या शब्दांत सांगायचं तर त्या माणसाला एकेकाळी असं स्वातंत्र्य होतं; पण त्यानेच ते देऊन टाकलं, त्यानेच त्याचा वापर करणं बंद केलं – स्वतःहून त्याचा त्याग केला! पण असं करताना

---

१३ सायक्लॉइड पर्सनॅलिटी आता सायक्लोथिमिया नावाने ओळखली जाते. ही एक मूड डिसॉर्डर असून, ती बऱ्यापैकी बायपोलर डिसॉर्डरसारखी पण कमी तीव्रतेची असते.

१४ Himmelhoch jauchzend, zum Tode betrübt' ('rejoicing to high heaven, or in the depths of despair') ग्योथच्या एग्मॉंट (१७८८) या नाटकातलं हे वाक्य जर्मन भाषेत म्हणीसारखं प्रचलित झालं.

त्याने स्वतःला दुसऱ्यांच्या ताब्यात देऊन टाकलं, त्याने आपल्या 'स्व'ला, आपल्या स्वत्वाला सोडून दिलं. आध्यात्मिकदृष्ट्या त्याने स्वतःचं अधःपतन होऊ दिलं.

पण आता आपण असा प्रश्न विचारला पाहिजे की, या अधःपतनाला नेमकी कधी सुरुवात झाली, या मनुष्याने स्वतःचं आध्यात्मिक पतन कधीपासून होऊ दिलं आणि आपलं उत्तर असायला हवं : ज्या क्षणी त्याची स्वतःवरची अंतर्गत पकड सुटली त्या क्षणी! अशी पकड दोन स्वरूपांत असू शकते : एकतर भविष्यावर किंवा मग अनंतकाळावर पकड. खऱ्याखुऱ्या आस्तिक किंवा श्रद्धाळू लोकांचा या दुसऱ्या स्वरूपात स्वतःवर ताबा होता. त्यांना भविष्यावर किंवा छळछावणीतून सुटका झाल्यानंतर स्वतंत्र जगातल्या त्यांच्या भविष्यकालीन आयुष्यावरसुद्धा पकड असण्याची गरज भासली नाही. आपलं विधिलिखित चांगलं असेल याची त्यांना अपेक्षा होती किंवा नाही, आपण भविष्याचा अनुभव घेऊ शकू की नाही किंवा छळछावणीतून जिवंत बाहेर पडू की नाही या सगळ्याची पर्वा न करता हे लोक खंबीरपणे उभे राहू शकायचे. इतरांना मात्र आपल्या भविष्यातल्या आयुष्यालाच, त्या आयुष्यात काय काय घडेल, यालाच धरून दिवस काढावे लागायचे; पण भविष्याचा विचार करणं सोपं नव्हतं. त्यांच्या विचाराला कोणताच संदर्भ सापडायचा नाही, कोणताच शेवटाचा बिंदू नसायचा : कारण, याचा नक्की शेवट कधी होईल हे अगोदर कळणं शक्यच नव्हतं. एखाद्या गंभीर गुन्ह्यासाठी शिक्षा भोगणाऱ्या गुन्हेगाराला आपल्याला दहा वर्ष तुरुंगात काढायची आहेत, हे नेमकं माहीत असतं म्हणजेच सुटकेपर्यंत किती दिवस उरले हे तो अचूकपणे मोजू शकतो. अशा गुन्हेगाराचा आम्हाला फार हेवा वाटायचा. किती नशीबवान माणूस! कारण, छळछावणीतल्या आमच्या कोणापाशीच 'सुटकेची तारीख' नव्हती आणि याचा शेवट कधी होणार हे आम्हाला माहीत नव्हतं. माझ्यासह राहणाऱ्या कॉम्रेड्सचं एकमत होतं की, छळछावणीतल्या जीवनातली ही कदाचित आध्यात्मिकरीत्या सर्वांत जास्त निराशादायक वस्तुस्थिती होती! आणि 'लवकरच युद्ध संपणार आहे' अशा वारंवार उठणाऱ्या अफवांमुळे, थांबून वाट बघत राहण्याचा छळ आणखीनच वाढला. कारण, पुन्हा पुन्हा अंतिम मुदत वाढवून घ्यावी लागायची; पण अशा बातम्यांवर दरवेळी कोण विश्वास ठेवणार? तीन संपूर्ण वर्षांमध्ये मी वारंवार ही गोष्ट ऐकली : सहा आठवड्यांत युद्ध संपेल, जास्तीत जास्त सहा आठवड्यांत आपण घरी पोहोचलेले असू. ही बातमी खोटी ठरली की, येणारं नैराश्य, होणारा विरस हा जास्त कटू आणि जास्त खोलवर परिणाम करणारा असायचा. काही अपेक्षा करायची जास्तच भीती वाटायची आणि बायबल काय म्हणतं? 'आशा जेव्हा लांबणीवर टाकली जाते, तेव्हा मन अस्वस्थ होतं.[१५] खरोखरच हृदय फारच दुःखी, अस्वस्थ

होतं. इतकं की, एक दिवस ते धडधडायचंच थांबतं. मी तुम्हाला एका केसबद्दल सांगतो म्हणजे तुम्हाला मी काय म्हणत आहे ते समजेल : माझ्या विभागातला माजी 'ब्लॉक एल्डर' बुडापेस्टचा एक मनुष्य होता. तो टँगो कंपोझर आणि लाइट ऑपेरामधला लिब्रेटिस्ट होता. गेल्या वर्षी मार्चच्या सुरुवातीला त्याने मला सांगितलं की, त्याला एक विचित्र स्वप्न पडलं होतं. तो म्हणाला, 'फेब्रुवारीच्या मध्यात मला एकदा एक स्वप्न पडलं. एक आवाज माझ्याशी बोलत होता. त्याने मला एक इच्छा मनात धरायला सांगितली. मला जे काही जाणून घ्यायचं होतं, ते मी त्या आवाजाला विचारावं, असं तो आवाज म्हणाला. तो आवाज उत्तर देणार होता आणि माझं भविष्य सांगणार होता. मग मी त्या आवाजाला विचारलं : माझ्यासाठी हे युद्ध कधी संपेल? समजलं ना तुला? माझ्यासाठी, असं मी विचारलं : पुढे पुढे येणाऱ्या अमेरिकन सैन्याकडून आपली सुटका कधी होईल?' 'आणि त्या आवाजाने तुला काय उत्तर दिलं?' यावर तो माझ्याजवळ झुकून, एखादं गुपित सांगावं तसा माझ्या कानात कुजबुजला : '३० मार्चला!' मार्चच्या मध्यावर मला टायफसचा ताप आल्याने छावणीतल्या दवाखान्यात दाखल केलं होतं. एक एप्रिलला मला तिथून सोडण्यात आलं आणि मी माझ्या मातीच्या झोपडीत परतलो : 'आपला ब्लॉक एल्डर कुठे आहे?' मी विचारलं आणि मला काय समजलं? मार्चच्या शेवटाकडे, जसजशी त्या स्वप्नातल्या आवाजाने भाकीत केलेली तारीख जवळ येत गेली आणि तरीही सैन्याच्या आणि युद्धाच्या परिस्थितीत काहीच फरक घडलेला नाही, तसतसा आमचा ब्लॉक एल्डर जास्त जास्त निराश होत गेला. मग २९ मार्चला त्याला खूप ताप भरला आणि ३० मार्चला, जेव्हा 'त्याच्यासाठी' युद्धाचा शेवट होणार होता, त्याच दिवशी तो बेशुद्धीत गेला. ३१ मार्चला तो मरण पावला. त्याचा मृत्यू टायफसने झाला होता.

भविष्यावरची पकड ढिली झाल्यामुळे मनावरची अंतर्गत पकड सुटते. यामुळे होणाऱ्या आध्यात्मिक आणि मानसिक अधःपतनाबरोबरच, शारीरिक ऱ्हासही होतो. आता या मानसिक, आध्यात्मिक आणि शारीरिक अधोगतीवर काही उपचारपद्धती (थेरपी) आहे का, असा प्रश्न आपण स्वतःला विचारू या : याबाबत कोणी काही करू शकलं असतं का? आणि काय? मी तुम्हाला फक्त हे उत्तर देऊ शकतो : एक उपचारपद्धती होती; पण एक गोष्ट स्पष्ट आहे की, सुरुवातीपासूनच ती मानसशास्त्रापुरती मर्यादित आहे, त्यामुळे ती केवळ सायकोथेरपीच असू शकते आणि अशा मानसोपचारपद्धतीमध्ये, अर्थातच प्रामुख्याने आध्यात्मिक पकड कशी बनवावी हे सांगितलं जातं आणि जीवन अर्थपूर्ण कसं बनवावं हे सांगितलं जातं. नित्शंचे शब्द पाहा. तो एकदा म्हणाला होता, 'ज्या कोणाकडे 'का' जगायचं याचं उत्तर असेल, तो कोणतंही 'कसं' सहन करू शकतो.' यातला 'का' म्हणजे जगण्याचं कारण. हे जीवनाच्या अर्थपूर्णतेचा एक भाग आहे आणि 'कसं' म्हणजे जीवनात

येणाऱ्या वेगवेगळ्या परिस्थिती. यांमुळे छळछावणीतलं आयुष्य इतकं भयंकर कठीण बनलं होतं की, या 'का'कडे पाहूनच ते कसंबसं सुसह्य करता आलं. जर लोकांना छळछावणीतलं आयुष्य सहन करण्यासाठी मानसोपचारांशिवाय दुसरं काहीच नव्हतं, तर हे मानसोपचार आधीच एका विशिष्ट अर्थाने ठरवलेले किंवा सुस्पष्ट होते. कारण, ज्या माणसाला जिवंत राहण्यासाठी इच्छाशक्ती गोळा करायला सांगायचं होतं, त्याला हे पटवून द्यायची गरज होती की, या जिवंत राहण्याला नक्कीच अर्थ आहे. हे मानसोपचारांचं काम म्हणजे छळछावणीतल्या कैद्यांच्या मनाची–आत्म्याची काळजी घेणं, जे आणखीनच जास्त अवघड बनलं होतं. कारण, आम्हाला अशा लोकांशी बोलावं लागायचं ज्यांना सर्वसामान्यपणे जिवंत राहण्याची काहीच शाश्वती नव्हती! तुम्ही त्यांना म्हणणार तरी काय? आणि खासकरून त्यांनाच काहीतरी सांगायची गरज होती आणि म्हणूनच ही परिस्थिती या मानसोपचार सेवेचा 'एक महत्त्वाचा प्रयोग' म्हणजेच 'एक्सपरिमेंटम क्रूसिस'[१६] बनली.

मी मागच्या व्याख्यानात सांगितलं आहे की, केवळ आयुष्यालाच नाही तर त्यातल्या यातनांनासुद्धा अर्थ असतो आणि खरंतर, ही अर्थपूर्णता इतकी निरपेक्ष असते की, ज्या वेळी आपल्या यातनांतून काहीच साध्य झालं नाही, सगळं वाया गेलं असं वाटत असतं, तेव्हाही या अर्थाची परिपूर्ती होत असते. आम्हाला प्रामुख्याने याच प्रकारच्या यातनांचा सामना छळछावणीत करावा लागायचा : पण माझ्याशेजारी माझ्या बराकीत पडलेल्या या लोकांना अर्थातच माहीत होतं की, ते मरणार आहेत आणि किती लवकर ते मरणार आहेत, तर या लोकांना मी काय सांगणार होतो? माझ्याइतकंच त्यांनाही नीटच माहीत होतं की, कोणतंही जीवन, कोणतीही व्यक्ती आणि कोणतंही काम (पहिल्या भाषणात मी तुम्हाला सांगितलेली दोन माणसांची केस आठवा)[१७] त्यांची वाट बघत थांबलेलं नसणार आहे किंवा थांबलं असलं तरी ते वृथा ठरणार आहे... तर आयुष्याच्या, जिवंत वाचण्याच्या अर्थाइतकाच यातनांचा आणि 'वाया जाणाऱ्या' यातनांचा अर्थही त्यांना दाखवून देणं गरजेचं होतं. खरंतर याहीपेक्षा जास्त म्हणजे मृत्यूमध्ये दडलेल्या सुप्त अर्थपूर्णतेबद्दलही त्यांना सांगणं आवश्यक होतं! आपण मागच्या वेळी रिल्कंच्या वचनाविषयी बोललो होतो, केवळ त्या अर्थानेच मृत्यू हा जास्त अर्थपूर्ण झाला असता. त्या वचनामध्ये म्हटलं आहे की, प्रत्येकाला स्वतःच्या अटींनुसार मृत्यू यावा. आम्हाला आमचा मृत्यू यावा, नाझींनी आमच्यावर जबरदस्तीने लादलेला मृत्यू नको, हे अत्यंत महत्त्वाचं होतं! जसे आपण जीवनकार्याची जबाबदारी घेतो तशीच याही कार्याची जबाबदारी घेतो. जबाबदारी? कोणाप्रती, कोण उच्च अधिकाराच्या पदी आहे? आणि इतर कोणाकरता कोणाला या प्रश्नाचं उत्तर देण्याची परवानगी मिळू शकेल?

____

[१६] असा प्रयोग, जो एखादा अंदाज बरोबर किंवा सत्य होता, असं सिद्ध करतो.
[१७] पान क्र. २७ पाहा.

प्रत्येकाला या अंतिम प्रश्नाविषयीचा निर्णय स्वतःचा स्वतःच घ्यायचा नसतो का? बराकीतल्या एका माणसाला स्वतःच्या विवेकबुद्धीप्रती जबाबदारी वाटली, तर दुसऱ्याला त्याच्या देवाविषयी वाटली आणि तिसऱ्याला त्याच्या एखाद्या आता दूर असलेल्या प्रिय व्यक्तीविषयी वाटली तरी काय फरक पडणार आहे? त्यातल्या प्रत्येकाला माहीत होतं की, काहीतरी, कुठूनतरी, कोणीतरी त्यांच्यासाठी होतं, जे दिसत नसलं तरी त्यांच्यावर लक्ष ठेवून होतं आणि हे लोक, दस्तयवस्की एकदा म्हणाला होता तसं 'यातना भोगायला लायक असायला हवेत' अशी मागणी करत होते आणि त्यांना 'स्वतःचं मरण येईल' अशी अपेक्षा करत होते. जेव्हा मृत्यू जवळ दिसत होता, तेव्हा आमच्यापैकी प्रत्येकालाच या अपेक्षेची जाणीव झाली होती आणि आयुष्याकडून आम्ही काही अपेक्षा ठेवू शकतो, आम्ही कदाचित जिवंत राहू शकतो किंवा काहीतरी किंवा कोणीतरी आमची वाट पाहतं आहे हे जितकं कमी वाटू लागलं, तितकी या अपेक्षेची जाणीव वाढत गेली.

तुमच्यापैकी जे लोक छळछावणीत राहिलेले नाहीत, त्यांना आश्चर्य वाटेल आणि तुम्ही मला विचाराल की, मी जे सांगतो आहे त्या सगळ्या गोष्टी एखादा माणूस कशा काय सहन करू शकतो. मी तुम्हाला खात्री देतो की, ज्या माणसाने हा अनुभव घेतलेला आहे आणि त्यातून वाचला आहे, त्याला तर तुमच्यापेक्षाही जास्त आश्चर्य वाटतं! पण ही गोष्ट विसरू नका : मानवी मन हे कधी कधी स्वतःलाच आधार देणाऱ्या कमानीसारखं (व्हॉल्टेड आर्च) वागतं : एखाद्या जीर्ण झालेल्या कमानीला आधार देण्यासाठी त्यावर आणखी वजन ठेवलं जातं. अशाच प्रकारे ओझ्याखाली दबलं गेलं की, मानवी मनसुद्धा जास्त कणखर होतं, असं दिसतं (काही विशिष्ट पातळीपर्यंत आणि विशिष्ट मर्यादिपर्यंत). केवळ याच प्रकारे आपल्याला हे समजून घेता येईल. अनेक कमकुवत लोक छळछावणीतून जिवंत बाहेर पडले आणि आधीपेक्षा जास्त कणखर, खंबीर मनाचे बनले. मात्र त्याच वेळी आपल्याला आता लक्षात येतं की, जो कैदी इतका काळ प्रचंड तणावाखाली होता, त्याची छळछावणीतून अचानक सुटका झाल्यावर, तो अचानक मुक्त झाल्यावर त्याच्या मनाला धोका उत्पन्न होतो. या संदर्भात तुलनेसाठी मी केसॉन आजार किंवा 'डीकॉम्प्रेशन सिकनेस'चं उदाहरण देतो. जे पाणबुडे पाण्याच्या खाली उच्च वातावरणीय दाबामध्ये काम करतात, त्यांनी कधीही सर्वसामान्य हवेच्या दाबामध्ये अचानकपणे परतता कामा नये. त्यांनी हळूहळू ते स्थित्यंतर करायला हवं, नाहीतर त्यांच्या शरीरावर अत्यंत विपरीत परिणाम होतो.

मात्र यामुळे छळछावणीची मानसिकता, तिथून मुक्त झालेल्या कैद्याची मानसिकता या तिसऱ्या आणि अंतिम विषयाची चर्चा करायला लागेल. अशा कैद्याविषयी मला जी सर्वांत महत्त्वाची गोष्ट सांगायची आहे, ती अशा एका गोष्टीशी संबंधित आहे की, जी ऐकून तुम्ही नक्कीच फार चकित व्हाल : छळछावणीतून मुक्त

झालेल्या कैद्याला आपल्या मुक्त जीवनाची मजा घेता यायला अनेक दिवस जावे लागतात, ही वस्तुस्थिती आहे. त्याला आनंदी कसं राहायचं हे अक्षरशः आणि खरोखरच पुन्हा नव्याने शिकून घ्यावं लागतं आणि काही वेळा हे शिकून घेण्याची घाई करावी लागते. कारण, बऱ्याचदा काही काळातच त्याला पुन्हा ते शिकलेलं विसरून यातना कशा भोगायच्या ते शिकायची गरज पडते. मला या विषयावर आता थोडं बोलायचं आहे.

छळछावणीतून मुक्त झालेला एखादा मनुष्य परत घरी आला, अशी कल्पना करा. कदाचित, त्याला परत आलेलं पाहून लोक केवळ खांदे उडवतील, असंही त्याला बघावं लागेल. सगळ्यात कहर म्हणजे नेहमीच त्याला इतर लोकांकडून दोन गोष्टी ऐकाव्या लागतील : 'आम्हाला त्याबद्दल काहीच माहीत नव्हतं' आणि 'आम्हीसुद्धा त्रास भोगला'. या दुसऱ्या विधानापासून सुरुवात करू या. पहिल्यांदा आपण स्वतःला प्रश्न विचारू या की, मानवी भोग, दुःख किंवा यातना या मोजता येतात का किंवा त्यांचं मूल्यमापन करता येतं का आणि एका माणसाच्या यातनांची तुलना दुसऱ्याच्या यातनांशी करता येऊ शकते का? मी याविषयी असं म्हणेन की, मानवी भोग आणि दुःख याला परिमाणच नाही, ते अतुल्य आहे! खरोखरच्या यातना या एखाद्याला पूर्ण व्यापून उरतात, त्या माणसाचं अवघं अस्तित्व भरून टाकतात.

मी एकदा एका मित्राशी माझ्या छळछावणीतल्या अनुभवांविषयी बोललो. तो स्वतः छळछावणीत गेलेला नव्हता, तर तो 'केवळ' स्टालिनग्राडला लढला होता. त्याच्या शब्दांत सांगायचं, तर माझ्याशी तुलना केल्यावर त्याला लाजिरवाणं वाटत होतं; पण त्याला शरम वाटायची काहीच गरज नव्हती. एखादा माणूस युद्धावर आणि छळछावणीमध्ये जे अनुभवतो त्यात एक महत्त्वाचा फरक नक्कीच आहे. युद्धावर असताना, तो 'शून्या'ला (नथिंगनेस) सामोरा जातो, साक्षात मृत्यूला तोंड देतो; पण छळछावणीत ते 'शून्य' म्हणजेच आम्ही होतो म्हणजेच आम्ही कोणीही नव्हतो आणि आम्ही आमच्या आयुष्यात आधीच मरण पावलेले होतो. आम्हाला कवडीचंही मोल नव्हतं. आम्ही केवळ हे शून्य पाहिलं असं नाही तर जणू ते शून्य आम्हीच होतो. आमच्या जिवाचीही काहीही किंमत नव्हती आणि मृत्यूचीही. आमच्या मृत्यूभोवती कोणतंही वलय नव्हतं. आमचा मृत्यू म्हणजे एका लहान शून्याचं एका प्रचंड मोठ्या शून्य पोकळीत विलीन होणं आणि या मृत्यूकडेही कोणाचं लक्ष जात नसे. आम्ही आमचा मृत्यू बराच आधीच 'जगलेलो' असायचो!

आणि जर माझा छळछावणीतच मृत्यू झाला असता तर काय झालं असतं? दुसऱ्या दिवशी सकाळी परेडच्या मैदानावर, पाच-पाचच्या ओळीत उभ्या असलेल्यांमधला, वरवर पाहता काहीच फरक पडला नसावा असं भासणारा, नेहमीप्रमाणे थंडीपासून रक्षण करण्यासाठी कोटाच्या उघड्या कॉलरमध्ये चेहरा लपवलेला आणि खांदे पाडलेला एखादा माणूस त्याच्या शेजारच्याला हलक्या

आवाजात म्हणाला असता : 'काल फ्रँकल गेला', आणि तो शेजारचा फार फारतर पुटपुटला असता, 'हं'.

आणि हे सगळं असूनसुद्धा, कोणत्याही मनुष्याच्या भोगांची तुलना दुसऱ्या मनुष्याच्या भोगांशी करता येत नाही. कारण, भोगांचं हेच वैशिष्ट्य असतं की, ते एकेका विशिष्ट माणसाचेच भोग असतात. ते *तिचे किंवा त्याचे स्वतःचे भोग* असतात. त्या भोगांची 'तीव्रता' ही केवळ त्या भोगणाऱ्यावर म्हणजेच त्या व्यक्तीवर अवलंबून असते. जसा प्रत्येक माणूस हा वेगळा आणि एकमेवाद्वितीय असतो, तसंच प्रत्येक माणसाचे एकट्याचे भोग हे वेगवेगळे, अद्वितीय असतात.

म्हणूनच भोगांच्या तीव्रतेतल्या, कमी-जास्तपणातल्या फरकाविषयी बोलण्याला काहीच अर्थच नाही. एक खरोखरच महत्त्वाचा फरक म्हणजे अर्थपूर्ण यातना आणि निरर्थक यातना यांच्यामधला फरक. मला वाटतं आधीच्या व्याख्यानांतून तुम्हाला हे समजलंही आहे की, हा फरक मात्र पूर्णपणे त्या त्या माणसावर अवलंबून असतो : ती व्यक्ती आणि केवळ तीच व्यक्ती ठरवते की, तिचे भोग हे अर्थपूर्ण होते की नाही. जे लोक इतक्या ठामपणे जाहीर करत होते की, त्यांनासुद्धा 'त्रास भोगावा लागला' आणि त्यांना 'काहीच माहीत नव्हतं', त्यांच्या यातनांचं काय? ते काहीच माहीत नसल्याचा जो दावा करतात, तोच माझ्या मते त्यांच्या यातना भोगण्याच्या वस्तुस्थितीला निरर्थक बनवण्याची अतिशय चांगली सबब आहे आणि का? कारण, हे एका नैतिक गैरसमजातून येतं. आता आपण या गैरसमजाबद्दल बोलू या. मला आजच्या काळाचं राजकारण या वादविवादात आणायचं आहे म्हणून नाही, तर मला असं वाटतं की, दैनंदिन जीवनाच्या मूळ तत्त्वज्ञानाला, दैनंदिन जीवनाच्या नैतिकतेची जोड देणं आवश्यक आहे. या दोन गोष्टी एकमेकींना पूरक आहेत.

याआधी आपण काहीच माहीत नसण्याच्या 'कारणा'विषयी बोललो आणि म्हणालो की, तो एक गैरसमज आहे; पण जर आपण हा गैरसमज कशामुळे झाला असं विचारलं, तर आपल्या लक्षात येईल की, हे 'माहीत नसणं' म्हणजे खरंतर 'माहीत करून घेण्याची इच्छा नसणं' आहे. त्यामागे काय आहे? तर कोणत्याही प्रकारच्या जबाबदारीतून स्वतःची सुटका करून घेणं. मात्र आजच्या काळात सर्वसामान्य माणसाला जबाबदारीपासून दूर पळायला जणू उद्युक्त केलं जात आहे. हे पलायन करायला कोणती गोष्ट उद्युक्त करत आहे, तर सामूहिक अपराधभावनेची भीती. अशा माणसाला सगळ्या बाबतीत अपराधी ठरवलं जाईल. त्याने स्वतः काही गुन्हा केला नसला तरी तो त्यात जणू सहभागी होताच. काही वेळा त्याला काही गोष्टी खरोखरच 'माहीत नव्हत्या' असंही असेल. इतरांच्या गुन्ह्यांसाठी, मग ते गुन्हेगार त्याच देशातले असले तरी खरंच एखाद्या सभ्य गृहस्थाला जबाबदार ठरवायचं का? हा मनुष्य, हा सभ्य गृहस्थ स्वतःच एका गुन्ह्यातला बळी नव्हता

का? सत्ताधाऱ्यांनी, त्याच्याच लोकांमधल्या पुढाकार घेतलेल्या वर्गाने निर्माण केलेल्या दहशतीतलं एक बाहुलं, जे त्यांच्या दहशतीला विरोध करण्यासाठी उभं ठाकू शकत नव्हतं? यामध्ये त्याने स्वतःसुद्धा भोगलं नाही का? आपल्याला ज्या जागतिक दृष्टिकोनाशी दोन हात करायचे आहेत, त्याकडेच या सामूहिक अपराधभावाची स्थापना आपल्याला पुन्हा घेऊन जात नाही आहे का? हा जागतिक दृष्टिकोन म्हणजे एखाद्या समाजातल्या काही लोकांनी खरोखर किंवा तथाकथित, कोणत्याही प्रकारचे गुन्हे केले असतील, तर त्या समाजातल्या कोणत्याही माणसाला अपराधी म्हणून जाहीर करणं आणि हा दृष्टिकोन आज आपल्याला किती वेडेपणाचा वाटतो – अखेरीस एकदाचा! एखाद्याच्या नागरिकत्वावरून, त्याच्या मातृभाषेवरून किंवा जन्मस्थानावरून त्याला जबाबदार धरणं हे एखाद्याला त्याच्या उंचीसाठी जबाबदार धरण्याइतकंच आज वेडेपणाचं वाटतं. जर १.६४ मी. उंचीच्या एखाद्या गुन्हेगाराला पकडलं तर मी त्याच उंचीचा असल्यामुळे मलाही फाशी देणार का?

पण इथे आपल्याला एक महत्त्वाचा भेद करायला हवा : सामूहिक अपराधभाव आणि सामूहिक जबाबदारी यातला फरक आपण करायला हवा. जर मी हे एका रूपकात्मक उदाहरणावरून सांगितलं तर तुम्हाला लगेचच समजेल. जर मला अचानक अपेंडिसायटिस झाला तर त्यात माझी काही चूक असेल का? नक्कीच नाही आणि तरीही जर माझी शस्त्रक्रिया करावी लागली तर काय? जो डॉक्टर माझ्यावर शस्त्रक्रिया करेल, त्याचं शुल्क मला भरावंच लागेल म्हणजेच त्या डॉक्टरचं बिल देण्याची 'जबाबदारी' माझी आहे, त्यामुळे 'अपराधभावाशिवाय असलेली जबाबदारी' नक्कीच अस्तित्वात असते. अशाच प्रकारे ज्या लोकांना सामूहिकपणे दहशतीतून मुक्त केलं गेलं, त्या सगळ्या लोकांच्या समूहाबाबत हीच परिस्थिती आहे. ते लोक आपणहून स्वतःला मुक्त करू शकत नव्हते. दुसऱ्या समूहांना, इतर स्वातंत्र्यप्रिय देशांना मध्ये पडून, युद्धात सहभागी होऊन, आपले सर्वोत्तम लोक, देशातले तरुण यांचा बळी देऊन एका देशाला मुक्त करावं लागलं, जो देश स्वतःच्याच नेतृत्वासमोर आणि नेत्यांसमोर दुर्बल ठरला होता. मात्र या दुर्बलतेचा अपराधभावाशी काहीही संबंध नाही; पण या मुक्त होण्याची किंमत चुकवण्यासाठी जर काही त्याग करावा लागला आणि तुम्ही प्रत्यक्ष सहभागी नसूनही, तुम्ही अपराधी नाही हे माहीत असूनही सामूहिक जबाबदारीची जाणीव ठेवावी असं म्हटलं, तर त्यात अन्याय्य किंवा चुकीचं काही होईल का?

जर तुम्हाला या मानसिकतेचं शेवटचं प्रकरण समजून घ्यायचं असेल, तर मागच्या वर्षीच्या वसंतातल्या त्या संध्याकाळी, जेव्हा तुर्खाइम छळछावणीतून माझी सुटका झाली, त्या प्रसंगी तुम्हाला माझ्यासोबत यावं लागेल. छळछावणीजवळच्या जंगलात मी एकटाच गेलो. आमच्या छावणीतल्या प्रमुखाच्या अत्यंत बेकायदा अशा आदेशावरून छळछावणीत मृत्यू पावलेल्या कॉम्रेड्सना त्या जंगलात पुरलेलं होतं

(हा प्रमुख नाझी अधिकारी होता. मी पहिल्या भाषणात सांगितलं होतं, तोच हा, स्वतःच्या खिशातून 'आपल्या' कैद्यांसाठी औषधांचा खर्च करणारा अधिकारी). या अधिकाऱ्याला जे आदेश मिळाले होते ते न पाळता तो कैद्यांना इथे पुरायचा आणि असंख्य कबरींच्या मागे असलेल्या लहान लहान फरच्या झाडांच्या पातळ कपच्या कापून स्वतः जातीने लक्ष घालून त्यावर त्या मृत लोकांची नावं चटकन नजरेत भरणार नाहीत अशा प्रकारे पुसल्या न जाणाऱ्या पेन्सिलीने लिहून ठेवायचा. जर तुम्ही त्या वेळी माझ्यासोबत असतात, तर छळछावणीतून वाचलेल्या आम्हा लोकांचं पुढे चालू राहणारं जीवन हेच आमच्या सगळ्यांच्या मनातला अपराधभाव पुसून टाकेल, याची खात्री करण्याची शपथ तुम्ही माझ्याबरोबर घेतली असतीत. हो, *आमच्या सगळ्यांच्या मनातला अपराधभाव!* कारण, आम्हा वाचलेल्या लोकांना माहीत होतं की, आमच्यातले सगळ्यात चांगले लोक छळछावणीतून जिवंत बाहेर पडू शकलेले नाहीत, आमच्यातले *सर्वोत्तम लोक!* त्यामुळे आमचं जिवंत राहणं हे आमची लायकी नसताना आमच्याप्रती दाखवलेली दया आहे, असंच आम्हाला वाटत राहिलं. ही आमच्यावर झालेली कृपा नंतर आम्ही कमवावी, किमान त्याच्या अर्ध्याइतकं तरी लायक बनावं हेच आमच्या मृत सहकाऱ्यांप्रती आमचं देणं होतं, असं आम्हाला वाटायचं. आमच्या मनातला अपराधभाव घालवण्यासाठी स्वतःची आणि इतरांची सदसद्विवेकबुद्धी कायम जागी ठेवणं हाच एक उपाय आम्हाला वाटायचा.

पण खरंतर, बऱ्याचदा असा अनुभव घेतल्यानंतर मुक्त झालेला एखादा मनुष्य जेव्हा आपल्या घरी परततो, तेव्हा तो ही शपथ विसरून जातो. मात्र आयुष्यातल्या काही प्रसंगी, महत्त्वाच्या क्षणी त्याने जी शपथ घेतली होती ती तो पूर्ण करतो : आपल्याला मिळालेला पावाचा प्रत्येक तुकडा किती मौल्यवान आहे, आपल्याला रोज पलंगावर झोपायला मिळतं आहे, रोज हजेरीसाठी आपल्याला उभं राहावं लागत नाही आणि सतत मृत्यूच्या भीतीच्या छायेत जगावं लागत नाही हे किती चांगलं आहे हे त्याला जाणवतं. मग त्याच्याकरता प्रत्येक गोष्ट ही सापेक्ष बनते, त्याच्या आयुष्यात घडणाऱ्या वाईट गोष्टीसुद्धा. आपण मागे बोललो तसं, तो आधी अक्षरशः 'शून्य' होता, त्यामुळे त्याला खरोखरच नव्याने जन्म झाल्यासारखं वाटतं; पण तो आधी जो माणूस होता तो म्हणून नवा जन्म नव्हे, तर त्याचं जे मूलतत्त्व होतं, ते नव्याने जन्मल्यासारखं वाटत असतं. पहिल्या व्याख्यानात मी सांगितलं होतं की, कसं छळछावणीत गेलेल्या माणसाच्या सगळ्या बाह्य गोष्टी 'वितळून जातात'. त्याच्यात असलेली महत्त्वाकांक्षाही नंतर उरत नाही. जे काही कदाचित उरेल ते म्हणजे काहीतरी साध्य करण्याची तळमळ : तळमळ म्हणजे अत्यंत उच्च प्रकारची तळमळ, *स्व-शोधाचा ध्यास* आणि तोही सर्वांत मूलभूत आणि आवश्यक रूपातला.

तुमच्या नक्कीच लक्षात आलं असेल की, आपण या विषयाच्या अंताला पोहोचलो आहोत आणि या चर्चेच्या मर्यादिपर्यंतसुद्धा. कोणतंही बोलणं, कोणतीही

व्याख्यानं आपल्याला आणखीन पुढे घेऊन जाऊ शकणार नाहीत. आता आपल्याकडे करण्यासारखी एकच गोष्ट उरलेली आहे : कृती करणं. आपल्या दैनंदिन आयुष्यात कृती करत राहणं.

आपण मगाशीच दैनंदिन जीवनाबद्दल बोलत होतो आणि हो, 'दैनंदिन जीवनाचं मूळ तत्त्वज्ञान' असंसुद्धा आपल्या बोलण्यात आलं होतं. तुम्हाला आता या वाक्यांशाचा अर्थ अचूक समजला असेल, अशी मला आशा आहे : दैनंदिन आयुष्य जे तथाकथित करडं, सामान्य आणि अवैशिष्ट्यपूर्ण असतं, त्यातून अनंतात, शाश्वत जगात डोकावण्यासाठी त्याला 'पारदर्शक' बनवणं पुरेसं नसतं. मात्र अंतिम विश्लेषणात हे दाखवून देणं गरजेचं होतं की, हे जे शाश्वत आहे ते पुन्हा ऐहिक किंवा क्षणिक गोष्टींकडेच म्हणजेच दैनंदिन गोष्टींकडे आणि परिमित आणि अपरिमित गोष्टींमधल्या संबंधाकडे येतं. या काळात आपण जे निर्माण करतो, अनुभव घेतो आणि यातना भोगतो, त्याच अनंतकाळासाठी निर्माण करत असतो, अनुभवत असतो आणि यातना भोगत असतो. जोवर आपण एखाद्या प्रसंगाची जबाबदारी घेतो, जोवर तो भूतकाळात जमा झालेला असतो, तेव्हा आपल्या जबाबदारीवर प्रचंड ओझं येतं की, जे काही घडून गेलं आहे ते आता 'या जगातून विलग करता येत नाही'. मात्र, त्याच वेळी आपल्या जबाबदारीला एक आवाहनही केलं जातं – जे अजून घडायचं आहे ते या जगात आणण्यासाठी! आणि आपल्यापैकी प्रत्येकाने आपल्या रोजच्या कामाचा भाग म्हणून, आपल्या दैनंदिन जीवनाचा भाग म्हणून हे केलं पाहिजे म्हणजे मग *दैनंदिन* आयुष्य हे वास्तव बनतं आणि या वास्तवातून कृती करण्यासारखी परिस्थिती निर्माण होते. अशा प्रकारे, 'दैनंदिन जीवनाचं मूळ तत्त्वज्ञान' हे केवळ सुरुवातीलाच रोजच्या आयुष्यातून आपल्याला बाहेर नेतं; पण नंतर मात्र मुद्दामहून आणि जबाबदारीने ते पुन्हा दैनंदिन जीवनाकडेच परत आणतं.

आपल्याला कोणती गोष्ट पुढे नेते, आपल्या मार्गावर जायला कोणती गोष्ट आपल्याला मदत करते, आपल्याला कोणी मार्गदर्शन केलं आणि करत आहे? तर जबाबदारी घेण्यातला आनंद; पण एखादा सामान्य माणूस कोणत्या थरापर्यंत जबाबदारी घ्यायला खूश असतो?

जबाबदारी ही अशी गोष्ट आहे जिच्याकडे माणूस 'आकर्षितही होतो' आणि तिच्यापासून 'दूरही पळतो'. यावरून हे दिसून येतं की, माणसामध्ये विरुद्ध शक्ती असतात, ज्या त्याला जबाबदारी घेण्यापासून परावृत्त करतात. खरोखरच जबाबदारीविषयी काहीतरी अगम्य अशी एक गोष्ट आहे : जितका काळ आणि जितकं खोलात जाऊन आपण त्याकडे पाहतो, तितकी ती आपल्या लक्षात येते आणि शेवटी आपल्याला भोवळ आल्यासारखं होतं. जर आपण मानवी जबाबदारीच्या वैशिष्ट्यांबद्दल खोलात शिरलो, तर आपण चटकन मागे सरकू : एखाद्या माणसावर असलेल्या जबाबदारीमध्ये काहीतरी भयंकर आहे आणि त्याच वेळी त्यात काहीतरी वैभवशालीसुद्धा आहे!

पुढच्या क्षणाची जबाबदारी आपण प्रत्येक क्षणाला घेत असतो, असा विचार केला की भयंकर वाटतं. निर्णय लहान असो की मोठा, आपला कोणताही निर्णय हा 'कायमस्वरूपी' म्हणजे अनंतकाळासाठी असतो. याचा अर्थ प्रत्येक क्षणी मी त्या विशिष्ट क्षणाची शक्यता प्रत्यक्षात उतरवत असतो किंवा तो क्षण हातचा जाऊ देत असतो. प्रत्येक लहानशा क्षणात हजारो शक्यता दडलेल्या असतात. तो क्षण प्रत्यक्षात आणण्यासाठी मला त्यातली केवळ एकच शक्यता निवडता येते; पण ही निवड करताना मी इतर सगळ्या शक्यतांचा गळा घोटत असतो आणि त्या कधीच प्रत्यक्षात येणार नसतात आणि हेसुद्धा कायमस्वरूपी म्हणजे अनंतकाळासाठी असतं! पण भविष्य, माझं स्वतःचं भविष्य आणि त्याचबरोबर माझ्या आजूबाजूच्या गोष्टींच आण लोकाच भविष्य हे अगदा कमा प्रमाणात का असैना; पण माझ्या प्रत्येक क्षणाच्या निर्णयावर अवलंबून असतं हे जाणणं किती अद्भुत आहे. मी ज्या ज्या गोष्टी त्यांच्यामार्फत करतो किंवा 'या जगात आणतो' असं आपण म्हटलं, त्या मी वास्तवात जतन करतो आणि क्षणभंगुरत्वापासून त्यांना वाचवतो.

पण सर्वसामान्यपणे, लोक जबाबदारी घेण्याचा आळस करतात आणि इथेच जबाबदारी घेण्यासाठी शिक्षण देण्याची गरज निर्माण होते. अर्थातच जबाबदारीचं ओझं जड असतं. जबाबदारी ओळखणं आणि ती निष्ठेने पार पाडणं दोन्ही कठीण असतं. तिचा स्वीकार करणं आणि जीवनाला 'होकार' देणं कठीण असतं; पण कितीही संकटं, कठीण परिस्थिती आली तरी जीवनाला सकारात्मकतेने कवेत घेणारे लोक आहेत. जेव्हा बुखेनवाल्ड छळछावणीतल्या कैद्यांनी 'आम्हाला अजूनही जीवनाला 'होकार' द्यायचा आहे', या अर्थाचं गाणं म्हटलं, तेव्हा ते केवळ एक गाणं नव्हतं, तर त्यांनी त्या ओळी कितीतरी वेळा प्रत्यक्षात साध्यही केल्या होत्या. त्यांनीच नव्हे तर इतरही छळछावण्यांतल्या आमच्यासारख्या अनेकांनी. ज्याविषयी बोलताही येणार नाही अशा बाह्य आणि अंतर्गत परिस्थितीत, ज्यांविषयी आज आपण पुरेसं बोललेलो आहोत, अशा परिस्थितीत त्यांनी हे साध्य केलं. मग आपल्या सगळ्यांना आज, तुलनेने सौम्य अशा परिस्थितीत ते का नाही साध्य करता येणार? जीवनाला होकार देणं म्हणजेच सकारात्मकतेने आयुष्याला कवेत घेणं हे कोणत्याही परिस्थितीत अर्थपूर्ण आहेच. कारण, जीवन स्वतःच अर्थपूर्ण आहे; पण इतकंच नाही तर कोणत्याही परिस्थितीत असं करणं शक्यसुद्धा आहे.

आणि शेवटी, या तीन व्याख्यानांचा हाच तर उद्देश होता : लोक कोणत्याही परिस्थितीत, कठीणसमयी आणि मृत्यूतही (पहिलं व्याख्यान), शारीरिक आणि मानसिक आजारांच्या यातना आणि भोगांतूनही (दुसरं व्याख्यान) आणि छळछावणीत वाट्याला आलेल्या नशिबातही (तिसरं व्याख्यान) जीवनाला होकार देऊ शकतात, सकारात्मकतेने जीवनाला कवेत घेऊ शकतात, हेच तुम्हाला दाखवायचं होतं.

उपसंहार : फ्रान्झ वेसली

व्हिएन्नामध्ये १३ एप्रिल १९४५ साली युद्ध समाप्त झालं. त्यानंतर दोन आठवड्यांनी छळछावणीमधले कैदी व्हिक्टर फ्रँकल यांची मुक्तता झाली. मात्र त्यांना व्हिएन्नाला परतायला ऑगस्ट उजाडणार होता आणि तिथे सर्वांत भयंकर आणि दुःखद बातमी त्यांची वाट पाहत होती. घरी परतल्यानंतरच्या काही आठवड्यांत त्यांनी आपल्या नातेवाइकांना आणि मित्रांना लिहिलेल्या वेदनादायी पत्रांतून त्यांना झालेलं अतीव दुःख आणि आयुष्य जगण्याचं बळ एकवटण्यासाठी करावा लागलेला झगडा उघड होतो.

फ्रँकल यांनी स्वतःला आपल्या कामात झोकून दिलं आणि 'झोकून देणं' या शब्दाचा अर्थ कधीच इतका चपखलपणे वापरला गेला नसेल. व्हिएन्ना पॉलिक्लिनिकच्या न्यूरॉलॉजिकल विभागाचं व्यवस्थापन त्यांनी स्वीकारलं. काही महिन्यांच्या कालावधीत त्यांनी दोन पुस्तकं लिहिली. त्याचबरोबर १९३० सालापासून ते ओट्राक्रिंगच्या ज्या प्रौढ शिक्षण विद्यालयाशी जवळून संबंधित होते, तिथे त्यांनी १९४५च्या शरद ऋतूत व्याख्यानांची एक मालिका दिली, जिचं नाव होतं 'मानसिकदृष्ट्या आजारी मनुष्य' (The Mentally Ill Person). वृत्तपत्रांतल्या अनेक लेखांतून आणि सार्वजनिक चर्चांमधून त्यांनी त्या काळातल्या राजकीय, सामाजिक आणि सांस्कृतिक समस्यांवर भाष्य केलं. युद्धाची वर्षं आणि नाझी सत्तेचा बौद्धिक आणि मानसिक संकुचितपणा यांमुळे लोक वैचारिक आणि सांस्कृतिकदृष्ट्या भुकेले होते. फ्रँकल यांच्या उत्साही पत्रकारितेला हाच वाचकवर्ग मिळाला. अशा प्रकारे गोंधळाच्या आणि मार्गदर्शनाचा अभाव असलेल्या काळात फ्रँकलना चर्चांसाठी तसंच वैद्यकीय आणि तत्त्वज्ञानाच्या वर्तुळांतूनही खूप बोलावणी येऊ लागली. त्यांच्या बोलण्याच्या विषयांमध्ये अपराधभाव आणि जबाबदारी हा एक विषय होता, तो तर त्या काळासाठी अगदीच सुयोग्य होता! याव्यतिरिक्त जीवनाविषयीची भीती, दैनंदिन आयुष्यातली नैतिकता आणि नुकत्याच घडलेल्या भूतकाळातील अमानवी विचारधारांना सामोरं कसं जायचं हे त्यांचे विषय असायचे. मात्र फ्रँकल यांना पहिल्याप्रथम आणि सगळ्यात महत्त्वाचे वाटत ते मानसोपचार, मग ते वैयक्तिक पातळीवर एखादा रुग्ण असो किंवा एक समाज म्हणूनही. ओट्राक्रिंगच्या प्रौढ शिक्षण विद्यालयाच्या १९४६च्या उन्हाळी सत्राच्या अभ्यासक्रमाच्या नोंदवहीत पुढील नोंद सापडते :

डॉ. व्हिक्टर फ्रँकल : मानसोपचारतज्ज्ञाच्या दृष्टिकोनातून पाहिलेल्या आजच्या काळातल्या समस्या आणि दैनंदिन अडचणी. ५ व्याख्यानं (आत्महत्या – जबरदस्तीने केलेला नायनाट – मानसिक रुग्णांचं जग – लैंगिक शिक्षण – छळछावण्या) दर शनिवारी संध्याकाळी ५.०० ते ६.००. २३ मार्चपासून.

ज्या दिवशी हा अभ्यासक्रम सुरू झाला, त्याच दिवशी फ्रँकल यांचा 'व्हिएन्ना आणि मानसोपचार सेवा' याविषयी एक लेख वृत्तपत्रात छापून आला होता. त्या लेखाच्या शेवटी ते म्हणतात :

व्हिएन्नामध्ये मात्र मानसोपचाराचा आत्मा अजूनही जिवंत आहे. मानसिक उपचारांची जन्मभूमी समजलं जाणारं व्हिएन्ना, काही झालं तरी आणि लवकरात लवकर त्याला पुनर्जीवित करणारं शहरही ठरेल, अशी आपण आशा आणि अपेक्षा करू. अशा बाह्य आणि अंतर्गत त्रासाच्या काळात पुनर्जीवित झालेल्या मानसोपचारांना समाजातली आपली भूमिका माहीत असेल, तसंच आध्यात्मिक आणि भौतिक पुनर्निर्मितीची वाट पाहणाऱ्या जगाप्रती आपली जबाबदारी काय आहे हेही माहीत असेल.

फ्रँकल यांनी ओट्टाक्रिंगच्या व्याख्यानांच्या मालिकेवर आधारित *येस टू लाइफ इन स्पाईट ऑफ एव्हरीथिंग. तीन व्याख्यानं,* हे पुस्तक लिहिलं. तेच इथे प्रकाशित केलेलं आहे. आत्महत्या आणि जबरदस्तीने केलेला नायनाट ही व्याख्यानं 'जीवनाची अर्थपूर्णता आणि मूल्य : १ + २' (On the Meaning and Value of Life I + II)मध्ये अंतर्भूत केली आहेत, तर छळछावण्या हे भाषण आता 'एक महत्त्वाचा प्रयोग' (Experimentum Crucis) या नावाने आहे. या प्रकरणांना थोडक्यात दिलेल्या शीर्षकांवरूनही आपल्याला लेखकाच्या विचारांबद्दल आणि प्राक्तनाबद्दल बरंच काही समजतं. सगळ्यात महत्त्वाचं म्हणजे जीवनाविषयीचा त्यांच्या बिनशर्त सकारात्मक दृष्टिकोन यातून प्रसवतो. त्या काळी फ्रँकल यांनी लिहिलेल्या एका पत्रातूनही ते स्वतः यावरच चर्चा करतात. १९४५ सालच्या सप्टेंबरमध्ये ते आपले मित्र विल्हेल्म आणि स्टेफा ब्योर्नर यांना पत्रातून लिहितात :

शब्दांत सांगूच शकत नाही, इतका मी थकलोय, दुःखी आहे, एकाकी आहे. छळछावणीत असताना तुम्हाला खरोखरच असं वाटत असतं की, तुम्ही आयुष्यातली सगळ्यात खालची पातळी गाठली आहे.

मग जेव्हा तुम्ही परत येता, तेव्हा काहीच शिल्लक नाही आहे, हे तुम्हाला बघावंच लागतं. ज्याच्या बळावर तुम्ही तिथे तगून राहिलात ते सगळंच नष्ट झालं आहे. जेव्हा तुम्ही पुन्हा एकदा माणूस म्हणून जगू पाहता, तेव्हा तुम्ही अंतहीन यातनांच्या आणखी खोल गर्तेत बुडू शकता. कदाचित, आता थोडं रडण्याशिवाय आणि प्रार्थनागीतात शोध घेण्याशिवाय काहीच उरलं नाही आहे. कदाचित, तुम्ही मला हसाल. कदाचित, माझ्यावर रागवाल; पण माझ्या बोलण्यात विरोधाभास नाही आहे. मी वर सांगितलेल्या भावनांचा अनुभव घेत असतानाही मी माझ्या पूर्वींच्या 'जीवनाप्रती सकारात्मक असण्याच्या भूमिकेला' मुळीच मागे घेत नाही आहे. उलट, जर माझा जीवनाप्रती काळ्या दगडावरच्या रेघेइतका ठाम सकारात्मक दृष्टिकोन नसता, तर छळछावण्यांमधल्या आठवड्यांमध्ये, खरंतर महिन्यांमध्ये माझं काय झालं असतं? पण मला आता सगळ्या गोष्टी एका वेगळ्या बाजूने दिसू लागल्या आहेत. माझ्या जास्तीत जास्त लक्षात येऊ लागलं आहे की, आयुष्य हे इतकं असीम अर्थपूर्ण आहे की, भोग, यातना आणि अपयश यांमध्येही नक्कीच काहीतरी अर्थ असायलाच हवा.

जीवनाप्रती असलेल्या या सखोल आदरात इतरांचं जीवनही समाविष्ट होतं. अगदी सुरुवातीपासून म्हणजे १९२८ साली वैद्यकीय विद्यार्थी असताना फ्रँकल यांनी स्वतःहून अत्यंत निष्ठेने तरुणांसाठी समुपदेशन केंद्रं उभारली होती, जी सर्वांत महत्त्वाचं म्हणजे तरुणांमधल्या आत्महत्या रोखण्यासाठी काम करत असत. वर्षाच्या ज्या वेळी शाळा किंवा कॉलेजची प्रगतिपुस्तकं वाटली जात, त्या वेळी आत्महत्यांचं प्रमाण वाढत असे. फ्रँकल यांनी सुरू केलेल्या 'प्रगतिपुस्तक कृती' चळवळीमुळे १९३१च्या उन्हाळ्यात एकाही विद्यार्थ्याने आत्महत्या केली नाही. त्याच काळात फ्रँकल हे आत्महत्या होऊ नयेत म्हणून करायच्या उपाययोजनांशी, अर्थपूर्ण आयुष्याच्या भूमिकेचा कसा संबंध आहे ते पटवून देत होते :

जरी आत्महत्यांची आध्यात्मिक कारणं भिन्न भिन्न असली, तरी जीवनाला काही अर्थ आहे, यावर विश्वास नसणं हीच एक समान मानसिक पार्श्वभूमी असते. जो मनुष्य आत्महत्या करतो, त्याला आयुष्य जगण्याचं धैर्य नसतं आणि जीवनाप्रती नम्रपणाची भावनाही नसते. आपल्या नव्या वस्तुनिष्ठतेची जागा जेव्हा नवी नैतिकता घेईल, जेव्हा पुन्हा एकदा प्रत्येक मनुष्याचा जीव हा अद्वितीय आणि कोणीही दुसरा त्याची जागा घेऊ शकणार नाही, असा मानला जाईल, तेव्हाच

आध्यात्मिक संकटांतून बाहेर पडण्यासाठी आवश्यक असलेली मानसिक पकड मानवजातीला मिळेल.

अशा प्रकारे, मनुष्यजीवनात अटळ असलेल्या अशा कितीही यातना भोगाव्या लागल्या, तरीही जीवन अर्थपूर्ण आहे, यावर ठेवलेला गाढ विश्वास पुन्हा पुन्हा प्रत्ययास येतो. १९३८साली लिहिलेल्या पुस्तकातच त्यांनी यातनांचा अर्थ स्पष्ट केला होता, ज्यात त्यांनी मूल्यांचे तीन प्रकार सांगितले आहेत – सर्जनशील, अनुभवजन्य आणि वृत्तीनिष्ठ. मात्र ज्यावर काहीच उपाय नाही, अशा यातनांना तुम्ही कशा धाडसाने तोंड देता याला फ्रँकल सर्वांत जास्त महत्त्व देतात. अशा प्रकारे ते आपल्या पहिल्या व्याख्यानात म्हणतात : 'एखादा मार्ग शक्य असेल, तर आपण आपलं नशीब बदलायचं, नाहीतर गरज पडल्यास ते मनापासून स्वीकारायचं.'

या संकल्पना त्या काळी काही फक्त शैक्षणिक खेळ नव्हते, तर जगण्यासाठी आणि तगून राहण्यासाठी एक विशिष्ट अशी मदत होती. खरोखरच, त्या भयंकर प्रसंगातून गेलेल्या लोकांपैकी शारीरिक आणि आध्यात्मिक भोग सहन न केलेला कोणीच नसेल! आणि स्वतः फ्रँकल, त्यांनाही प्रिय असलेलं सगळंच त्यांच्यापासून हिरावलं गेलं नव्हतं का?

पण त्यांनी जीवन पुन्हा जगायचा मार्ग शोधून काढला. असं जीवन, ज्यात इतकं सगळं घडून गेल्यानंतरही अर्थपूर्णतेच्या अनेक शक्यता होत्या, ज्याच्याकडे लक्ष देणं गरजेचं होतं. आपली व्याख्यानं आणि पुस्तकं यांमधून फ्रँकल इतरांनाही या मार्गावर येण्यास सहकार्य करू पाहत होते. वर्तमानसुद्धा काहीसं अस्वस्थ असताना, गेल्या काही वर्षांच्या दुःखामधून बाहेर पडण्याचा मार्ग लोकांनी शोधावा म्हणून ते प्रोत्साहन देत होते.

तिसऱ्या व्याख्यानाचं शीर्षक 'एक महत्त्वाचा प्रयोग' (Experimentum Crucis) हेच सुचवतं की, फ्रँकल यांना आपल्या अर्थपूर्णतेविषयक ज्या संकल्पना सुचल्या, त्या पहिल्यांदा छळछावण्यांमध्ये सुचल्या नाहीत. मात्र काही वेळा असं चुकीचं सांगितलं जातं. मानवाच्या अर्थपूर्णतेविषयीचा कल याबद्दल त्यांनी त्यांच्या *Arztliche Seelsorge (The Doctor and the Soul)* या पुस्तकात खात्रीशीरपणे सिद्धान्त मांडला आहे. या पुस्तकाचं हस्तलिखित १९४१ सालापासून अस्तित्वात आहे. इतकंच नव्हे, तर त्यांना हद्दपार केलं गेलं त्या वेळी हे हस्तलिखित त्यांच्या सोबत त्यांनी नेलं होतं. कारण, आपण ते एक दिवस छापू शकू अशी आशा त्यांच्या मनात जागृत होती. मात्र त्यांना हा कोट आणि त्यात शिवलेलं ते हस्तलिखित देऊन टाकावं लागलं, असं त्यांनी आपल्या आठवणींत लिहून ठेवलं आहे. तरुणांचा समुपदेशक आणि मानसोपचारतज्ज्ञ म्हणून त्यांनी ज्या कल्पना आपल्या लिखाणात व्यवस्थित मांडल्या होत्या, त्या सगळ्या छळछावण्यांमधल्या टोकाच्या उपासमारीत

आणि प्रचंड अवनतीमध्येही तशाच वैध राहिल्या असं त्यांच्या लक्षात आलं. उलट, छळछावण्यांमधल्या ज्या कैद्यांना जीवनातला अर्थ समजला होता किंवा ज्यांना निदान अर्थपूर्णतेची आशा होती, त्या कैद्यांना जगत राहण्याचं बळ मिळण्याची आणि नंतर ते वाचण्याची शक्यता वाढली आणि शेवटी, सगळ्यात महत्त्वाचं म्हणजे हीच गोष्ट फ्रँकल यांच्या बाबतीतही खरी होती : आपल्या जिवलगांपैकी किमान काही जणांना तरी पुन्हा भेटता येईल, या आशेवर आणि आपलं पुस्तक छापता येईल या आशेवर ते जिवंत राहू शकले.

१९४६ सालच्या उन्हाळ्यात या व्याख्यानांमधून फ्रँकल यांनी श्रोत्यांसमोर आपल्या या संकल्पना मांडल्या, विश्लेषण केलं आणि प्रोत्साहन दिलं. वक्तृत्वकौशल्य, प्रचंड ऊर्जा, काटेकोर वैज्ञानिक तपशील आणि जीवनाचं मूल्य ज्याला अगदी आत्म्याच्या पातळीपर्यंत समजलेलं आहे, असा अनुभव घेतलेला मनुष्य जितका विश्वासार्हपणे हे सांगू शकेल, त्या प्रकारे फ्रँकल यांनी ही भाषणं दिली. या भाषणांमधला सर्वांत महत्त्वाचा आणि सर्वसामान्यपणे कधीही लागू होणारा भाग त्यांनी त्याच वर्षी पुस्तकरूपाने प्रकाशित केला. या लहानशा पुस्तकावर झालेल्या तपशीलवार चर्चा, वृत्तपत्रातली, सांस्कृतिक आणि व्यावसायिक नियतकालिकातली, तसंच रेडिओवरची असंख्य परीक्षणं हेच सिद्ध करतात की, फ्रँकल यांनी किती अचूकपणे त्या काळाची नस पकडली होती.

– डॉ. फ्रान्झ वेसली
व्हिएन्ना, २०१९चा उन्हाळा

डॉ. फ्रान्झ वेसली हे विद्यापीठात भौतिकशास्त्राचे प्राध्यापक आहेत. त्यांचे श्वशुर – व्हिक्टर फ्रँकल यांच्या निधनानंतर ते लेखकाच्या हक्कांचे काम बघतात. व्हिक्टर फ्रँकल अर्काइव्हचे संचालक या नात्याने ते फ्रँकल यांच्या विस्तृत वारशाचे प्रतिनिधी म्हणून काम बघतात. 'द व्हिक्टर फ्रँकल इन्स्टिटट्यूट' या वैज्ञानिक सोसायटीचे ते सह-संस्थापक आणि संचालक मंडळाचे सदस्य आहेत.

व्हिक्टर फ्रॅंकल यांच्याविषयी...

व्हिएन्ना युनिव्हर्सिटीमध्ये व्हिक्टर ई. फ्रॅंकल न्यूरॉलॉजी आणि मानसोपचाराचे (सायकिऑट्री) प्राध्यापक होते, तसंच ते २५ वर्षं व्हिएन्ना न्यूरॉलॉजिकल पॉलिक्लिनिकचे प्रमुख होते. त्यांनी शोधलेली लोगोथेरपी/एक्झिस्टेन्शियल ॲनालिसिस ही 'व्हिएन्नाची मानसोपचाराची तिसरी दिशा' म्हणूनसुद्धा ओळखली जाते. फ्रॅंकल यांनी हार्वर्ड युनिव्हर्सिटी, स्टॅनफोर्ड, डॅलस आणि पिट्सबर्ग युनिव्हर्सिटी इथेही व्हिजिटिंग प्राध्यापक म्हणून काम केलं. याशिवाय ते कॅलिफोर्नियामधल्या सॅन दिएगोच्या यूएस इंटरनॅशनल युनिव्हर्सिटीमध्ये लोगोथेरपीचे 'डिस्टिंग्विश्ड प्राध्यापक' होते. फ्रॅंकल यांचा जन्म १९०५ साली व्हिएन्नामध्ये झाला. व्हिएन्ना युनिव्हर्सिटीमधूनच यांनी वैद्यकशास्त्रात आणि नंतर तत्त्वज्ञान या विषयातही डॉक्टरेट प्राप्त केली. दुसऱ्या महायुद्धादरम्यान त्यांनी तीन वर्षं आउश्विट्झ, दाखाऊ आणि इतर छळछावण्यांमध्ये काढली. चार दशकं त्यांनी जगभर प्रवास करून असंख्य व्याख्यानं दिली. युरोप, उत्तर आणि दक्षिण अमेरिका, आशिया आणि आफ्रिका इथल्या युनिव्हर्सिटींकडून त्यांना २९ सन्माननीय डॉक्टरेट पदव्या बहाल करण्यात आल्या. अमेरिकन सायकिऑट्रिक असोसिएशनतर्फे दिला जाणारा 'ऑस्कर फिस्टर' पुरस्कार यांसह इतर अनेक पुरस्कारांनी त्यांना सन्मानित करण्यात आलं. त्याचप्रमाणे त्यांना ऑस्ट्रियन ॲकॅडमी ऑफ सायन्सचं सन्माननीय सदस्यत्व बहाल करण्यात आलं. फ्रॅंकल यांची ३९ पुस्तकं आजपर्यंत जगभरातील ५० भाषांमध्ये प्रकाशित झाली आहेत. त्यांच्या पहिल्या *trotzdem Ja zum Leben sagen* या पुस्तकाच्या *Man's Search for Meaning* या इंग्रजी आवृत्तीच्या काही दशलक्ष प्रतींची विक्री झाली आणि अमेरिकेतल्या १० सर्वांत जास्त प्रभावशाली पुस्तकांच्या यादीत त्याला स्थान मिळालं होतं. १९९७ साली व्हिक्टर फ्रॅंकल यांचा व्हिएन्नामध्ये मृत्यू झाला.

व्हिक्टर फ्रँकल इन्स्टिट्यूट

संचालक : डॉ. अलेक्झँडर बॅथिआनी

व्हिएन्ना येथे १९९२ साली व्हिक्टर फ्रँकल यांचं छत्र लाभलेल्या त्यांच्या सहकाऱ्यांनी आणि मित्रमंडळींनी व्हिक्टर फ्रँकल इन्स्टिट्यूटची (व्हीएफआय) स्थापना केली. ही एक वैज्ञानिक सोसायटी असून, व्हिक्टर फ्रँकल यांच्या कार्याचं जतन करणं, त्याचबरोबर लोगोथेरपी आणि एक्झिस्टेन्शियल ॲनालिसिस यांचा मानसोपचार, मानसशास्त्र आणि तत्त्वज्ञान या क्षेत्रांमधल्या संशोधनाकरता, तसंच उपयोजित मानसोपचारपद्धती म्हणून प्रचार करणं हे त्यांचं उद्दिष्ट आहे. लोगोथेरपी आणि एक्झिस्टेन्शियल ॲनालिसिस यांमधले मानसोपचार आणि समुपदेशन यांमध्ये गुणवत्ता टिकून राहत आहे ना हे पाहण्याचीही जबाबदारी ही संस्था घेते, (फ्रँकल यांच्या पश्चात) क्लासिकल लोगोथेरपी आणि एक्झिस्टेन्शियल ॲनालिसिसच्या प्रशिक्षणाला मान्यता देण्याचं काम करते.

लोगोथेरपी आणि एक्झिस्टेन्शियल ॲनालिसिसचं प्रशिक्षण देण्यासाठी मान्यता मिळालेल्या १५०पेक्षा जास्त आंतरराष्ट्रीय संस्था आणि राष्ट्रीय संघटनांची यादी आपल्याला व्हीएफआयच्या वेबसाइटवर पाहायला मिळते.

व्हिक्टर फ्रँकल यांचे खासगी अर्काइव्ह केवळ ही संस्था हाताळू शकते आणि तिथे लोगोथेरपी आणि एक्झिस्टेन्शियल ॲनालिसिसविषयीच्या मजकुराचा आणि संशोधनाचा जगातला सर्वांत मोठा संग्रह आहे.

१९९९ साली व्हिएन्ना शहराच्या सहकार्याने 'व्हिक्टर फ्रँकल फंड ऑफ द सिटी ऑफ व्हिएन्ना'ची स्थापना झाली. त्यांच्या उद्दिष्टांप्रमाणे ते दर वर्षी अर्थपूर्ण मानवतावादी मानसोपचारांच्या क्षेत्रात संशोधनाला चालना देण्यासाठी आणि उत्तम कामगिरीला वाखाणण्यासाठी बक्षिसे आणि शिष्यवृत्ती देतात. त्याशिवाय दर वर्षी असामान्य लोकांच्या जीवनकार्याचा गौरव करण्यासाठी ते वार्षिक मानद बक्षीसही देतात. आत्तापर्यंत हाइन्झ व्हॉन फॉर्स्टर, पॉल व्हॉट्झ्लाविक, कार्डिनल फ्रान्झ कोनिग, डेम सिसली सॉंडर्स, बिशप एर्विन क्राउट्लर, कार्डिनल ऑस्कर आन्द्रेझ रॉड्रिगेज माराडिआगा आणि एरिक रिचर्ड कॅन्डेल यांना हे बक्षीस मिळालेलं आहे.

राष्ट्रीय मान्यता मिळालेली लोगोथेरपीमधली जगातली पहिली डॉक्टोरल पदवी ही संस्था देते, जी इंटरनॅशनल ॲकॅडमी ऑफ फिलॉसॉफीच्या (युनिव्हर्सिटी ऑफ द प्रिन्सीपॅलिटी ऑफ लिश्टेनस्टेन) व्हिक्टर फ्रँकल चेअर ऑफ फिलॉसॉफी अँड सायकॉलॉजीच्या चौकटीत बसते. मॉस्कोमधल्या ग्रॅज्युएट इन्स्टिटट्यूट ऑफ सायकोॲनालिसिसच्या २०१२ साली स्थापन झालेल्या लोगोथेरपी आणि एक्झिस्टेन्शियल ॲनालिसिसच्या विभागाच्या समन्वयातून ही संस्था पदव्युत्तर शिक्षण आणि लोगोथेरपीच्या मानसोपचारांचं प्रशिक्षणही देते.

व्हिक्टर फ्रँकल इन्स्टिटट्यूट, व्हिएन्नाच्या होमपेजवर जगभरातील लोगोथेरपी संस्थांच्या कार्याविषयी माहिती वाचायला मिळते. लोगोथेरपीसंबंधीचं संशोधन आणि कार्य यांच्या बातम्याव्यतिरिक्त लोगोथेरपीवरील साहित्याचा संपूर्ण ग्रंथसूचीसुद्धा त्यात समाविष्ट केलेली आहे.

अधिक माहिती www.viktorfrankl.org इथे मिळेल.

ऋणनिर्देश

व्हिक्टर फ्रँकल यांची व्याख्यानं संपादित करण्यात सहकार्य केल्याबद्दल आणि उपसंहार लिहिल्याबद्दल 'व्हिक्टर फ्रँकल अर्काइव्ह'चे संचालक डॉ. फ्रान्झ वेसली यांचे मनापासून आभार.

अनुवादिका परिचय

रमा हर्डीकर-सखदेव यांना अनुवाद, चित्रकला आणि लेखन-वाचन या विषयांत रुची आहे. त्यांनी माधुरी पुरंदरे लिखित मराठी पुस्तकांचा इंग्रजीत अनुवाद केला आहे. तसंच रस्किन बाँड यांच्या कथांचा अनुवादही त्यांच्या नावावर जमा आहे. *लोन फॉक्स डान्सिंग* या रस्किन बाँड यांच्या आत्मचरित्राचा *आत्मरगी* हा त्यांनी केलेला अनुवाद मंजुल पब्लिशिंग हाउसतर्फे प्रकाशित झाला आहे. त्यांना मराठी, इंग्रजी आणि फ्रेंच भाषांत रस असून, त्यातले ललित साहित्य अनुवादित करायला आवडते. याशिवाय त्यांना लहान मुलांसाठी चित्रमय गोष्टींच्या पुस्तकांची निर्मिती करण्यातही रस आहे.